அன்பு வழி
(எ)
பாரபாஸ்

பேர் லாகர்குவிஸ்ட்

தமிழில்
க. நா. சுப்ரமண்யம்

நற்றிணை பதிப்பகம்

அன்பு வழி (எ) பாரபாஸ் * நாவல் * பேர் லாகர்குவிஸ்ட் * தமிழில் : க. நா. சுப்ரமண்யம் * முதல் பதிப்பு: அக்டோபர் 2023 * வெளியீடு: நற்றிணை பதிப்பகம் (பி) லிமிடெட் * எண். 136, தரைத்தளம், சோழன் தெரு, ஆழ்வார்திருநகர், சென்னை–600 087.

* மின்னஞ்சல் : natrinaipathippagam@gmail.com
* கைப்பேசி : 94861 77208
* தொலைபேசி : 044 – 4273 2141
* அச்சாக்கம் : துர்கா பிரிண்டர்ஸ், சென்னை–600 005.

பேர் லாகர்குவிஸ்ட் (1891–1974)

பேர் லாகர்குவிஸ்ட் 1891இல் தெற்கு சுவீடனில் ஆண்டர்ஸ் ஜோகன் லாகர் குவிஸ்ட் என்ற ஸ்டேசன் மாஸ்டருக்கும் ஜோகன்னா பிளாடுக்கும் மகனாகப் பிறந்தவர்.

'தி துவார்ப்' (1944), 'பாரபாஸ்' (1950) மற்றும் 'தி சிஃபைல்' (1956) ஆகிய மூன்று நாவல்களும் பல நாடக நூல்களும் பல கவிதை நூல்களும் எழுதியுள்ளார்.

'பாரபாஸ்' நாவல் எழுதி உலகப்புகழ் பெற்ற பிறகு 1951இல் இவருக்கு நோபல் பரிசு வழங்கப்பட்டது.

முன்னுரை

பத்தொன்பதாம் நூற்றாண்டிலே ரஷ்ய இலக்கியத்திலே, அதுவரை ஐரோப்பிய இலக்கியத்தில் தோன்றாத ஒரு ஆழம் தோன்றியது–டர்ஜெனிவ், டால்ஸ்டாய், டாஸ்டாவ்ஸ்கி, செகாவ் இவர்களின் நூல்கள் இதற்கு ஒரு சான்று. அந்த ஆழத்துக்கும், பிரான்சு, இங்கிலாந்து முதலிய தேசங்களின் இலக்கிய யுக்தி அமைதிகளுக்கும் வாரிசாகத் தோன்றியது போல இப்போது ஒரு எழுபது எண்பது வருஷங்களாக, ஸ்காண்டினேவிய இலக்கிய எழுத்து பல சிகரங்களை எட்டியுள்ளது. ஸ்காண்டிநேவிய தேசங் களின் இலக்கியம் – அதுவும் முக்கியமாக ஸ்வீடன் தேசத்து இலக்கியம்– இந்த அமைதிகளை அமோகமாகப் பெற்று இப்போது ஐரோப்பிலே சிறந்த பாஷை இலக்கியங்களில் ஒன்றாக விளங்குகிறது என்று சொல்லவேண்டும்.

எந்த பாஷையிலுமே நல்ல புஸ்தகங்களைத் தேர்ந்தெடுத்து அவற்றை வாசகர்களுக்கு எட்ட வைப்பது என்பது உண்மையில் சிரமமான காரியமே. நல்ல இலக்கியம் சினிமாவையோ அதுபோன்ற லட்சக்கணக்கான மக்கள் சாதனைகளையோ எட்டுவதில்லை என்பது பிரசித்தமான விஷயம். நல்ல நூல் ஒன்றை உலகில் வாசிப்ப வர்கள் நூற்றுக்கணக்கானவர்கள்கூட இருக்கமாட்டார்கள் என்பதும் பிரசித்தமான விஷயம்தான். தமிழ் வாசகர்களுக்கும் மற்ற பாஷை வாசகர்களுக்கும் உள்ள வித்தியாசம் என்னவென்றால் நல்ல நூல் ஒன்றைத் தேர்ந்தெடுத்துத் தேடி வாசிக்க மற்ற பாஷைகளில் நூறுபேர்களாவது இருக்கிறார்கள். தமிழில் நூறுபேர்கூட இல்லை என்பது வருந்தத்தக்க விஷயம். தமக்குள்ளே மறைவாகப் பழங்கதை களும், பழங்கதைகளை ஒட்டிய புதுக்கதைகளும் பேசத் தமிழர்கள் தயாராக இருக்கிறார்களே தவிர, புதிதாக விஷயங்களைத் தெரிந்து கொள்ளவேண்டும் என்கிற ஆர்வமுள்ளவர்களின் எண்ணிக்கை, அதுவும் இலக்கியத்தில் மிக மிகக் குறைவாக இருக்கிறது.

இந்தக் குறையைப் போக்க மொழிபெயர்ப்புகள் பெரிதும் உபயோகப்படும். பிற பாஷைகளில் எப்படி எப்படி நாவல்கள் எழுதியிருக்கிறார்கள் என்று அறிந்து கொள்ள மாட்டேன் என்று கண்களை மூடிக்கொண்டு எங்களூர் வறட்டு ராஜனே ராஜா வேறு ராஜாவோ மந்திரியோ எங்களுக்குத் தேவையில்லை என்று இருந்து

விடுகிற மனோபாவம் மாறுவதற்கு மொழிபெயர்ப்புகள் பெரிதும் உதவுகின்றன.

இன்றைய ஸ்வீடிஷ் இலக்கியத்தின் கொழுந்தென்று பார பாஸைச் சொல்ல வேண்டும். இருபது நூற்றாண்டுகளாக உலகத்தின் போக்கையே ஒரு குலுக்குக் குலுக்கி ஆட்டி வைத்துள்ள கிறிஸ்தவ சகாப்தத்தின், கிறிஸ்தவ மதத்தின் ஆரம்பத்தை, ஒப்பாதவன் ஒருவனின் கண்களின் மூலம் நமக்கு மிகவும் அற்புதமாக செய்து வைக்கிறார் ஆசிரியர் பேர் லாகர்குவிஸ்ட். இந்தச் சிறு நாவலுக்கு 1951–இல் நோபல் இலக்கியப் பேராசிரியர்களையும் கௌரவிப்பது போலத்தான் என்று அபிப்பிராயம் தோன்றியதில் ஆச்சரியமில்லை. சிறிய அளவில் பிரமாதமானதொரு கலா சிருஷ்டியை நடத்தி வைத்துள்ளார். லாகர்குவிஸ்டு பிறந்தது 1891–இல். அவர் பல நாடகங்களும், நீளக் கதைகளும், கவிதைகளும் எழுதியிருக்கிறார். அவர் எழுதிய ஒவ்வொரு பதமும் ஆழம் நிறைந்தது, உணர்ச்சியைத் தூண்டும் சக்தி நிறைந்தது என்று சொல்லலாம்.

ஆண்ட்ரே ழீடு என்கிற பிரெஞ்சு இலக்கிய மேதை, இதன் ஆங்கில மொழிபெயர்ப்பாளர்களுக்கு எழுதிய ஒரு கடிதத்தில் பின்வருமாறு குறிப்பிட்டிருக்கிறார். “கிறிஸ்து என்கிற பிரச்சினையை இன்றையத் தேவைக்குத் தக்கபடிச் சித்தரித்திருப்பவர்களிலேயே இந்நூலாசிரியரை முதல்வராகச் சொல்லவேண்டும். குருட்டு நம்பிக்கைக்கும் நாஸ்திகத்துக்கும், இடையே உள்ள போராட்டத்தை அதி அற்புதமாக, கலைஉணர்வுடன் சித்தரிக்கிறார் ஆசிரியர். உண்மை உலகுக்கும், நம்பிக்கை சிருஷ்டிக்கக்கூடிய உலகத்துக்கும் இடையில் உள்ள கயிற்றில் வெகு லாவகமாக நடந்து வித்தைகள் பல புரிந்திருக் கிறார் ஆசிரியர்.” இதைச் சொல்லிவிட்டு, தொடர்ந்து ழீடு சொன்னார் “ஸ்வீடிஷ் பாஷை நமக்கு இந்த மாதிரிச் சிறந்த நூல்கள் பலவற்றைத் தந்திருக்கிறது–தந்து கொண்டுமிருக்கிறது. பண்புள்ளவன் என்று சொல்லிக் கொள்பவன் ஒவ்வொருவனுக்கும் ஸ்வீடிஷ் இலக்கியம் நன்கு தெரிந்திருக்க வேண்டும் என்கிற காலம் சமீபத்துக் கொண்டிருக்கிறது. ஐரோப்பிய இசையிலே, ஸ்வீடிஷ் குரல் தனியாக அழுத்தமாகக் கேட்க வேண்டும்–இனிக் கேட்கும் என்பதில் எனக்குச் சந்தேகமே இல்லை.”

பல இடங்களில் நின்றுநின்று சிந்தித்துப் படிக்க வேண்டிய நாவல் இது. பக்கங்கள் அதிகமில்லாவிட்டாலும், வைத்துப் போற்றி நிதானமாகப் படித்து அனுபவிக்க வேண்டிய நாவல். ஒரு தரம் லாகர்குவிஷ்டின் பாரபாஸை அறிந்து கொண்டவர்கள் அவனை மறக்கவே முடியாது என்பது நிச்சயம்.

– க.நா. சுப்ரமண்யம்

1

சிலுவையில் அறையப்பட்டு அவர்கள் அங்கு எப்படித் தொங்கினார்கள் என்பது எல்லோருக்கும் தெரியும். சுற்றிலும் நின்றவர்கள் யார் யார் என்பதும் எல்லோருக்குமே தெரியும். தாயார் மேரி, மேரி மாக்டலென், வெரோனிகா, சிலுவையைத் தாங்கிவந்த ஸைரீனைச் சேர்ந்த ஸைமன் மற்றும் போர்வையெடுத்துப், போர்த்திவிட்ட அரிமிதியாவைச் சேர்ந்த ஜோஸப் ஆகியவர்கள் சுற்றிலும் நின்றார்கள். ஆனால் சரிவிலே சற்றுத் தள்ளி, ஒருபுறமாக ஒதுங்கி நின்றான் ஒருவன். அவனால் சிலுவையில் அறையப் பட்டிருந்தவரிடமிருந்து கண்களைத் திருப்பவே முடியவில்லை. நடுச் சிலுவையில் அந்த மரண அவஸ்தையை ஆரம்ப முதல் கடைசி வரையில் ஒரு துளிகூட விடாமல் பார்த்துக்கொண்டு நின்றான் அவன். அவன் பெயர் பாரபாஸ். அவனைப் பற்றித்தான் இந்த நூல்.

அவனுக்கு வயது முப்பதிருக்கும். கட்டுமஸ்தான உடல், வெளிரிய மேனி, சிவந்த தாடி, கருத்த மயிர். அவன் புருவமயிரும் கருப்பாகத் தான் இருந்தது. அவன் கண்கள் குழிவிழுந்து ஆழ்ந்து கிடந்தன; எதிலிருந்தோ பயந்து ஒளிந்துகொள்ள விரும்புகிறவைகள் போல அவை எங்கேயோ போய் ஒட்டிக் கொண்டிருந்தன. ஒரு கண்ணுக்குக் கீழே இருந்த ஆழமான வடு தாடியில் சென்று மறைந்தது. ஆனால் ஒரு ஆசாமியின் உருவத்துக்கும், தோற்றத்துக்கும் அப்படி முக்கியத் துவம் எதுவும் உண்டா என்ன?

கவர்னரின் அரண்மனை முதல், தூரத்தில் அந்தக் கும்பலை அவன் பின்தொடர்ந்து வந்திருந்தான்; தெருத் தெருவாகத் தொடர்ந்து வந்திருந்தான். ஓய்ந்துபோன ராபி சிலுவையைத் தூக்கமாட்டாமல் தெருவிலே சாய்ந்த போது தூரத்திலேயே நின்றான் அவன். ஸைமனைப் பிடித்து அவனை அந்தச் சிலுவையைத் தூக்கிவரக் கட்டாயப்படுத்தினார்கள். அப்படிக் கும்பல் ஒன்றும் அதிகம் இல்லை. இருந்த

கும்பலிலும் பெரும்பகுதி ரோமாபுரியின் சேனை வீரர்கள்தான்! தண்டனை விதிக்கப்பட்டவர்களின் ஜனங்களும், தெருவிலேயே வசிக்கும் குழந்தைகளையும் தவிர கும்பலில் வேறு யாருமில்லை என்றுதான் சொல்லவேண்டும். எந்தத் தெருவோடு போனாலும், சிலுவை தூக்கும் குற்றவாளியை வேடிக்கை பார்க்கப் பத்து குழந்தை களாவது வரும், அதுவும் தங்கள் தெருவைத் தாண்டிவராது. தினசரி விளையாட்டுகளிலிருந்து கொஞ்சம் மாறுபட்ட பொழுதுபோக்குத் தானே அது! இருந்தாலும் குழந்தைகளுக்கு அந்தக் காட்சி சீக்கிரமே அலுத்துவிடும். அவை மீண்டும் தங்கள் விளையாட்டுகளில் ஈடுபடத் தொடங்கிவிடும். ஆனால் திரும்பு முன், கடைசியாக வந்து பார பாஸையும் ஒரு சந்தேகப் பார்வை பார்த்துவிட்டுத் தான் திரும்பின அந்தக் குழந்தைகள் எல்லாம்.

சிலுவைக்குன்றின் சரிவிலே நின்று கொண்டிருக்கிறான் அவன். நடுச் சிலுவையில் அறையப்பட்டிருந்த மனிதரிடமிருந்து அவனால் தன் கண்களை வாங்கவே முடியவில்லை. உண்மையில் அவன் இந்தப் பக்கம் வரவே விரும்பவில்லை. இங்கு எதையும்தொட்டால் ஒட்டிக் கொள்ளும்; எதுவுமே அசுத்தம் தான் இங்கு; சக்தி வாய்ந்த இந்தப் பிரதேசத்திலே காலடி எடுத்துவைத்து விட்டவன் மீள்வ தென்பது அப்படி ஒன்றும் சுலபமான காரியமல்ல. ஒருதரம் வந்தவன் திரும்பத் திரும்ப இங்குவர விரட்டப்படுவான் தப்பமுடியாத காலம் ஒன்று வரும் வரையில் விரட்டப்படுவான். மண்டையோடுகளும், மனித எலும்புகளும் நாலாப் பக்கங்களிலும் சிதறிக்கிடந்தன. உளுத்து மக்கிக் கொண்டிருந்த மரச் சிலுவைகள் ஆங்காங்கே கிடந்தன. இங்கிருப்பதை யார் தொட்டு அகற்றுவார்கள்? அல்லது உபயோகப் படுத்துவார்கள்! விடுதலை பெற்றவனான அவன் அங்கு, கொல்கோதா குன்றில், என்ன செய்து கொண்டிருந்தான்.

சிலுவையில் அறையப்பட்டவரின் தலை தொங்கலிட்டுவிட்டது. மூச்சு சிரமப்பட்டு வந்தது. இன்னும் அதிக நேரம் தாக்குப்பிடிக்காது, அப்படி ஒன்றும் பலசாலியல்ல அவர், உடல் மெலிந்து ஒட்டி வற்றியிருந்தது. கைகளால் இந்த வேலையும் செய்து பழக்கப்படாதவர் போல, அந்தக் கைகள் வலுவில்லாமல், முறுக்கில்லாமல் இருந்தன. விசித்திரமான மனிதர்தான். தாடிகூட அடர்த்தியாக இல்லை; மாரிலே மயிரேயில்லை; சிறு பையனுடைய மார்புபோல இருந்தது. பாரபாஸுக்கு அவரைப் பிடிக்கவில்லை.

அரண்மனையின் வெளிமுற்றத்திலே அவரை முதல் முதலாகப் பார்த்தது முதற்கொண்டே, அவர் ஒரு விசித்திரமான மனிதர், விந்தையானவர் என்கிற எண்ணம் ஏற்பட்டுவிட்டது பாரபாஸுக்கு. ஏன், எதனால் என்று சொல்லத் தெரியவில்லை. அவன் மனத்தில் தோன்றியது அது. அந்த ஆசாமியைப் போன்று வேறு ஒரு ஆசாமியை

அதற்குமுன் பார்த்திருப்பதாகவே பாரபாஸுக்கு நினைவுக்கு வரவில்லை. சிறையில் பலகாலம் அடைபட்டிருந்துவிட்டு வெளியே வந்திருந்த அவன் கண்களுக்கு அந்த வெளிச்சம் பழக்கப்படாததால் ஏற்பட்ட தோற்றமாகக் கூட இருக்கலாம் முதலில் அந்த மனிதரையே அசாதாரணமான ஒரு ஒளி சூழ்ந்திருப்பது போலத் தோன்றியது. ஆனால் சிறிது நேரத்தில் தானாகவே அந்த ஒளி மறைந்துவிட்டது. அவன் கண்கள் அந்த வெளிச்சத்திற்குப் பழகிவிட்டன. முற்றத்தில் நின்று கொண்டிருந்த மற்ற உருவங்களும் அவன் கண்ணில்பட்டன. எனினும் அந்த ஆசாமி ஒரு தினுசாக இருப்பதாகவும் அவரைப் போல வேறு யாரையும் தான் பார்த்ததில்லை என்றும் எண்ணினான் பாரபாஸ். தன்னைப்போலவே அவரையும் கைதுசெய்து உயிர்த் தண்டனை விதித்து விட்டார்கள்– எனினும் அது நம்பத்தகுந்த விஷயமாகத் தோன்றவில்லை. தன்னைப் போலவேஅவரையும்... அதை பாரபாஸால் கிரஹித்துக் கொள்ள இயலவில்லை. ஆனால் அவனுக்கும் அதற்கும் என்ன சம்பந்தம்? அவருக்கு எப்படி அவர்களால் தண்டனை விதிக்க முடிந்தது? அவர் குற்றவாளியல்ல என்பது பார்த்த மாத்திரத்திலேயே தெரிகிறதே!

பிறகு அவரைச் சிலுவை தூக்கச் சொன்னார்கள். பாரபாஸை அவிழ்த்து விடுத்துவிட்டார்கள். அவனாகச் செய்தது இதில் ஒன்றுமில்லை. அவர்கள் முடிவு செய்த விஷயம் அது. யாரை அவர்கள் விடுவிக்க விரும்பினார்களோ அவரை விடுவிக்கலாம்– பாரபாஸை விடுவித்து விட்டார்கள். நடந்தது அவ்வளவுதான். அவர்கள் இருவருக்கும் உயிர்த் தண்டனை விதிக்கப்பட்டிருந்தது. ஒருவரை விடுவிக்கலாம் என்றதும் அவனை விடுவித்து விட்டனர். அவர்கள் தன்னை விடுவித்தது பற்றி பாரபாஸிற்கு ஆச்சர்ய மாகத்தான் இருந்தது. தன் சங்கிலிகளைத் தெறித்துத் தன்னை விடுவிக்க வீரர்கள் முயன்று கொண்டிருக்கையிலேயே அவரை சிலுவை தூக்கச் செய்து முற்றத்திலிருந்து அழைத்துச் சென்று விட்டார்கள் என்று கண்டான் பாரபாஸ். முதுகில் சிலுவையைச் சுமந்து கொண்டு கிளம்பிவிட்டார் அவர்.

சாவி வளைவு மூலமாகப் பார்த்துக் கொண்டு ஒரு நிமிடம் தயங்கினான் பாரபாஸ். அவன் பிரமையுற்றவன் போல நிற்பதைக் கண்ட காவலாளி முதுகில் கைவைத்து ஒரு தள்ளு தள்ளினான்: “என்ன பல்லையிளித்துக் கொண்டு நிற்கிறாய்? உன்னை விடுதலை செய்தாய் விட்டது; ஓடு” என்று தள்ளினான். அதற்குப் பிறகுதான் பாரபாஸிற்கு சுய ஞாபகம் வந்தது. ஆலிவ் வளைவு மூலமாக அவசர அவசரமாக வெளியேறினான். எதிரே தெருவோடு சிலுவை யைத் தூக்கிக்கொண்டு அந்த ஆசாமி போவதைப் பார்த்ததும், வேறு ஒன்றும் செய்யத் தோன்றாமல் பின்தொடர்ந்தான். ஏன்

என்று அவனுக்கே தெரியாது. மணிக்கணக்காக அந்த மரணா வஸ்தையைப் பார்த்துக் கொண்டு ஏன் இப்படி இங்கே நின்று கொண்டிருந்தான் என்பதும் அவனுக்குத் தெரியாது. அவனுக்கும் அதற்கும் துளிக்கூடச் சம்பந்தமில்லை. எனினும் நின்றான்.

சுற்றி நின்ற மற்றவர்களும் அங்கு நின்றிருக்க வேண்டியதில்லை தானே? அவரவர் இஷ்டமில்லாமலா நின்றார்கள்?அசுத்தத்தில் நின்று, தங்களையும் அசுத்தப்படுத்திக் கொள்பவர்தான் விரும்பு வார்கள். தாமாக வந்து நின்றார்கள் அவர்கள். ஆனால் அவர்கள் உறவினர்களாகவும், அந்த ஆசாமிக்கு மிகவும் வேண்டிய நண்பர் களாகவும் இருக்கலாம். அசுத்தம் என்பதை அவர்கள் பொருட் படுத்தாமலிருப்பது போல இருந்ததும் விசித்திரமாகத்தான் இருந்தது.

அந்த ஸ்திரீ அவர் தாயாராக இருக்கும். ஆனால் அவரைப் போல் இல்லை அவள். ஆனாலும் யார்தான் அவரைப் போல இருக்க முடியும்? அவள் ஒரு குடியானவ ஸ்திரீ மாதிரியிருந்தாள். கடுமையான முகபாவத்துடன் சிறப்பற்ற ஒரு தன்மையுடன் இருந்தாள் அவள். அடிக்கடி புறங்கையால் வாயையும் மூக்கையும் துடைத்துக் கொண்டாள். கண்ணில் ஜலம் துளித்து மூக்காலும் வாயாலும் வழிந்தது. ஆனால் அவள் அழுதாள் என்று சொல்ல முடியாது. மற்றவர்களைப் போல அவள் துயரப்பட்டாள் என்று கூடச் சொல்லமுடியாது. மற்றவர்கள் பார்த்ததைப் போல அவள் அவரைப் பார்க்கவில்லை. ஆகவே அநேகமாக அவள் அவர் தாயாராகத்தான் இருக்கும். மற்றவர்களைவிட அவள் அதிகமாகவே அவருக்காகத் துயரமுற்றிருந்தாள் என்பது உண்மையாகவே இருக்கும். இருந்தும் அங்கு அப்படி தன் மகன் சிலுவையில் தொங்கு வதுபற்றி மகனையே குற்றம் சாட்டிக் குறைகூறுவது போன்ற ஒரு பாவம் அவள் முகத்திலே இருந்தது. தானாகத் தேடிக்கொண்ட தண்டனை அது என்று அவள் கூறுவது போல இருந்தது. ஏதோ செய்துதானே அவர் அந்தத் தண்டனைக் குள்ளாகியிருக்க வேண்டும்? குற்றமே செய்யாதவராயினும், தவறே இழைக்காதவரெனினும் எதுவும் செய்யாதவரைச் சிலுவை தூக்கச் சிக்ஷிக்கமாட்டார்களே! அவர் செய்தது எதுவானாலும் அதை அவர் தாயாகிய அவள் அனுமதிக்கவில்லை என்பது தெரிந்தது. தாய்க்குத் தெரியாதா மகன் குற்றமற்றவன் என்பது? எது செய்திருந்தாலும் மகன் குற்றமற்றவன் என்று தானே தாய் நம்புவாள்?

பாரபாஸூக்குத் தாயார் கிடையாது. சொல்லப் போனால் தகப்பனார் கூடக் கிடையாது. அவனைப் பற்றிய வரையில் தகப்பன் என்றும் சொல்லிக் கொள்ள அவன் அறிந்த வரையில் அவனுக்கு யாரும் கிடையாது. அவனைச் சிலுவையில் அறைந்திருந்தார்களானால், அவனுக்கென்று கண்ணீர் சிந்த யாருமே கிடையாது. இந்த மாதிரி

யார் அழப் போகிறார்கள் அவனுக்காக? மார்பில் கைகளால் அறைந்து கொண்டு இப்படியும் நடந்ததுண்டோ உலகில், என்று எண்ணியவர்களாக சோகாக்கிரந்தர்களாக நின்றார்கள் அவர்கள். அந்த அழுகையும் விம்மலும் மிகவும் வருத்தமாகத்தான் இருந்தது.

வலது புறத்துச் சிலுவையில் அறையப்பட்டிருந்த ஆசாமியை அவனுக்கு நன்றாகவே தெரியும். அவன் அங்கு நிற்பதைக் கண்டானானால் தன் மரணாவஸ்தையைப் பார்த்து ஆனந்திக்கத் தான் வந்து நின்றான் என்று அவன் எண்ணிக் கொள்வான். ஆனால் பாரபாஸுக்கு அவனைப் பற்றிய சிந்தனையே இல்லை; அவன் பொருட்டு அங்கு வரவில்லை அவன். அவன் சிலுவையில் அறையப்பட்டு உயிரை இழக்க வேண்டியவன் என்பதுதான் பாரபாஸின் எண்ணமும். மரணதண்டனைக் குரியவன் தான் அந்த ராஸ்கல். அவன் எதற்காகத் தண்டனை விதிக்கப்பட்டு உயிர் துறந் தானோ! அதற்காக இல்லாவிட்டாலும் வேறு குற்றங்கள் எத்த னையோ செய்தவன் அவன். மரண தண்டனைக்குப் பல காரணங் களால் தகுதியுள்ளவன் தான்.

கோடியிலிருந்தவனைப் பார்ப்பானேன்? நடுவிலிருந்தவர் பொருட்டன்றோ அவன் அங்கு நின்று கொண்டிருந்தான். தனக்குப் பதில் இந்தக் கணம் சிலுவையில் உயிர் நீத்துக் கொண்டிருந்த நடு சிலுவைக்காரைப் பார்க்கவன்றோ அவன் வந்திருந்தான்? அவனிஷ்ட மில்லாமலேயே அங்கு அவனைத் தருவித்து நிறுத்தியிருந்தது அந்த அசாதாரணமான ஆசாமியின் சக்தியன்றோ? சக்தியா?

ஆனால் அந்த ஆசாமியைப் பார்த்தால் சக்தியேயற்றவர் போலத் தான் இருந்தது. சிலுவையில் இதுவரை தொங்கி உயிர் நீத்த எந்தக் குற்றவாளியையும் விடச் சக்தியற்றவராகக் காட்சியளித்தார் அந்த ஆசாமி! துயரத்தின் எல்லை அதுதானே? பக்கத்தில் இருந்த இருவரையும் பார்க்கக்கூட அவ்வளவு பரிதாபமாக இருக்கவில்லை. அவர்களிருவரும் அவ்வளவு கஷ்டப்பட்டதாகத் தெரியவில்லை. மற்றவர்கள் பலசாலிகள் அவர்களுக்கிருந்த பலத்தில் சிறிதுகூட அவருக்கு இருந்ததாகத் தெரியவில்லை, தலையை நிமிர்த்திப்பார்க்கக் கூடத் தெம்பில்லை அந்த ஆசாமிக்கு: தலை மாரிலே தொங்கலிட்டு விட்டது.

இருந்தும் இப்போது சற்று தலையைச் நிமிர்த்திப் பார்க்க முயன்றார் அந்த மனிதர். மெலிந்த மயிரில்லாத மார்பு விம்மிவிம்மி அடங்கிற்று. நாக்கால் உதடுகளைத் தடவிக் கொண்டார். உலர்ந்த உதடுகளில் உயிரில்லை. தாகம் என்று பலகீனமாக முணுமுணுத்தார் அவர். குன்றின் சரிவிலே பகடைக் காய்களை உருட்டிக்கொண்டு உட்கார்ந்திருந்த சேனை வீரர்களுக்கு அலுப்பு;

இந்த மனிதர் இவ்வளவு நேரம் சாகாமல் இழவு கொடுக்கிறாரே என்ற ஆத்திரம் அவர்களுக்கு. தாகம் என்று அவர் முணுமுணுத்தது அவர்களின் காதுகளில் விழவில்லை. ஆனால் உறவினர்களில் ஒருவர் அவர்களை அணுகிச் சொன்னார். மனசில்லாமலே ஒரு வீரன் எழுந்து, ஒரு சட்டியில் கடல் நுரையைத் தோய்த்து ஒரு கழியில் வைத்து சிலுவையில் அறையப்பட்டிருந்தவர் உதட்டண்டை கொண்டு போய் நீட்டினான். அந்த ஜலம் என்ன துர்நாற்றமடித் ததோ—எவ்வளவு குப்பை சத்தை ஊறிய ஜலமோ. அது பிடிக்க வில்லை. சிலுவையில் அறையப்பட்டவருக்கு. அது வேண்டாமென்று ஒதுக்கிவிட்டார். பல்லையிளித்துக் கொண்டு நின்றான் இரக்கமற்ற வீரன். நடந்ததைப் பார்த்த மற்ற சகாக்களும் பல்லையிளித்தார்கள். தகப்பன் பெயர் தெரியாத அயோக்கியர்கள்!

உறவினர்களும் மற்றவர்களும் மூச்சு பெரும் பெரும் மூச்சுகளாக வருவதைப் பார்த்துக்கொண்டு செயலற்று நின்றார்கள். சீக்கிரமே முடிவு வந்துவிடும் என்பது தெளிவாகிக் கொண்டிருந்தது. முடிவு சீக்கிரமே வருவதும் நல்லதுதான், என்றெண்ணினான். பாரபாஸ் தன் வழி போகலாம் – அதற்குப் பின் அவன் இந்தக் காட்சியைப்பற்றி எண்ணிப் பார்க்க அவசியமே இராது...

ஆனால் திடீரென்று குன்றில் சரிவிலே இருட்டத் தொடங்கி விட்டது. சூரியன் வெளிச்சம் தர மறுத்தது போல இருந்தது. திடீரென்று பிரமாதமாக இருட்டத் தொடங்கிவிட்டது. அந்த இருட்டிலே, சிலுவையில் அறையப்பட்ட மனிதர் உரத்த குரலில் கத்தினார்.

“என் கடவுளே! என் கடவுளே! என்னை ஏன் கைவிட்டு விட்டாய்?”

பயங்கரமாக இருந்தது! அவர் சொன்னதற்கு அர்த்தம்தான் என்ன? ஏன் இப்படி திடுதிடுப்பென்று எங்கும் காரிருள் சூழ்ந்து விட்டது? நண்பகலில் இப்படியும் இருட்டுமோ? இதற்குக் காரணம் என்ன சொல்ல இயலும்? உயரத்தில் ஒன்றன் பக்கத்தில் ஒன்றாக மூன்று சிலுவைகளும் லேசாகத் தெரிந்தன. கோரமாகப், பயமுறுத் தும் காட்சியாக இருந்தது அது. ஏதோ பயங்கரமானதொன்று நடக்கவிருப்பதுபோல இருந்தது. பகடை உருட்டிக் கொண்டிருந்த சேனை வீரர்கள், கைகளில் ஆயுதங்களை உருவிக் கொண்டு, எதற்கும் தயாராகப் பாராக் கொடுத்தனர்; எது எப்படி யானாலும் ஆயுதங்களை உருவிக் கொண்டு கிளம்புவது அவர்கள் வழக்கம்! நீட்டிய வேல்களுடன் அவர்கள் சிலுவைகளைக் காவல் புரிந்தனர். பயத்தில் அவர்கள் ஒருவருடன் ஒருவர் குசுகுசுத்துப் பேசுவது அவன் காதில் விழுந்தது. இப்போது அவர்களுக்கே பயம் வந்து

விட்டது. இப்போது அவர்கள் பல்லையிளித்துப் பரிகசிக்கவில்லை! பயந்தங்கொள்ளிகள்! மூடநம்பிக்கைகள் மிகுந்தவர்கள் அவர்கள்.

பாரபாஸுக்கும் பயமாகத்தானிருந்தது. மறுபடியும் வெளிச்சமாகத் தொடங்கியதும் அவனுக்குச் சற்றுத் தைரியம் வந்தது. மறுபடியும் எல்லாம் சாதாரணத்வம் பெற்றது. அதிகாலையில் வெளிச்சம் ஏறுமே, அந்தமாதிரி வெளிச்சம் சிறிதுசிறிதாக ஏறிவந்தது. குன்றும், சுற்றிலும் நின்ற ஆலிவ் மரங்களும், சூரிய வெளிச்சத்தில் தெரியத் தொடங்கின. அஸ்தமன சமயத்தில் அடங்கும் பறவைகள் அட்ங்கிக் கிடப்பது போல அடங்கியிருந்த பட்சி ஜாலங்கள் குரல் கொடுக்கத் தொடங்கின. புது நாள் உதயமாவது போல இருந்தது.

உறவினர்களும் உற்றாரும் அசையாமல் கொள்ளாமல் நின்றார்கள். அவர்கள் அழவுமில்லை, இப்போது முனகவுமில்லை. சிலுவையில் அறையப்பட்டிருந்த மனிதரைப் பார்த்துக்கொண்டு நின்றார்கள் அவர்கள். பாராக்காரர்களும் அப்படியே பார்த்துக் கொண்டு நின்றார்கள். எல்லாம் மரண அமைதியில் ஆழ்ந்திருந்தது.

அவன் இஷ்டப்பட்டபோது இனி போகலாம். முடிந்துவிட்டது காரியம். சூரியன் மீண்டும் பிரகாசித்தது. நாள் பழையபடியாகிவிட்டது; சாதாரணத்வம் பெற்றுவிட்டது. சிறிது நேரம் இருட்டியிருந்தது–அந்த மனிதர் இறப்பதற்காக இருட்டியது போலும்.

ஆம், அவன் இனிப் போகலாம். போகவேண்டியது தான். எதற்காக அவன் காத்திருக்க வேண்டும்! அவனுக்காக சிலுவையை ஏற்றுக்கொண்ட அந்த ஆசாமி சிலுவையில் உயிர் நீத்தாகிவிட்டது. அவன் இனி அங்குத் தங்க எக்காரணமும் இல்லை. சிலுவையிலிருந்து அவரை இறக்கினார்கள் – கிளம்பும்முன் அதைக் கவனித்தான் அவன். ஒரு சுத்தமான துணியினால் அந்த உடலை மூடினார்கள் இரண்டு ஆண்கள் என்றும் கவனித்தான். அந்த உடல் துணியைப்போல வெண்மையாக இருந்தது. செத்த பிறகும் அந்த உடலை எவ்வளவு ஜாக்கிரதையாக அவர்கள் கையாண்டார்கள் என்பதையும் கவனித்தான் பாரபாஸ். அவருக்கு வலிக்குமோ என்று பயப்படுகிறவர்களைப்போலக் கையாண்டார்கள் அவர்கள். இதென்ன விசித்திரம் என்று எண்ணினான் பாரபாஸ்? என்ன சொன்னாலும் சிலுவையில் உயிர் நீத்த உடல் தானே அது விசித்திரமான மனிதர்கள்தான்! அது உண்மை. கண்களில் ஈரமேயில்லாமல், தன் மகனாக இருந்த அந்தச் சடலத்தைப் பார்த்துக்கொண்டு நின்றாள் தாயார். துயரத்தின் எல்லையை எட்டி, அதை வார்த்தைகளிலும் வெளிப்படுத்த மாட்டாமல் அவள் திணறுவதுபோல இருந்தது அவள் முகபாவம். நடந்தது என்ன என்று புரிந்துகொள்ள இயலாதவள்போல நின்றாள் அவள். அதை மன்னிக்க முடியாதவள் அவள்! அவள் பரிதவிப்பு புரிந்தது அவனுக்கு!

பரிதாபகரமான அந்த ஊர்வலம் அங்கிருந்து கிளம்பியது. துணி போட்டு மூடிய சடலத்தைத் தூக்கிக் கொண்டு அவர்கள் முன்னால் நடந்தனர். ஸ்திரீகள் பின் தொடர்ந்தனர். அவர்களில் ஒருத்தி பாரபாஸைத் தாயாருக்குச் சுட்டிக்காட்டி எதோ சொன்னாள். தாயார் நின்று திரும்பி பாரபாஸைப் பார்த்தாள் அந்தப் பார்வையிலே தான் எவ்வளவு பரிதாபமும், குற்றம் சாட்டும் தன்மையும் நிறைந்திருந்தது! அந்தத் தாயின் பார்வையை அவனால் என்றும் மறக்கவே முடியாது. பிறகு கொல்கோதா பாதை வழியே அவர்கள் இறங்கி நடந்து இடது பக்கம் திரும்பி மறைந்து விட்டார்கள்.

அவர்கள் தன்னைக் கவனிக்காத வண்ணம் அவன் வெகு தூரத்துக்கப்பால் அவர்களைப் பின் தொடர்ந்து சென்றான். சிறிது தூரத்துக் கப்பாலிருந்த ஒரு தோட்டத்தில் பாறையில் வெட்டப்பட்ட கல்லறை ஒன்றில் அந்தச் சடலத்தை அடக்கம் செய்தனர். ஒரு பெரிய கல்லைப் புரட்டி கல்லறையை மூடிவிட்டு அவர்கள் தங்கள் வழி போய்விட்டனர்.

கல்லறை ஓரம் போய்ச் சிறிது நேரம் நின்றான் பாரபாஸ். அவன் பிரார்த்தனை எதுவும் செய்யவில்லை. ஏனெனில் அவன் மஹா பாவி; தீமை செய்யவே பிறந்தவன். அவன் செய்யும் பிரார்த்தனை எதுவும் எந்தத் தெய்வத்துக்கும் உகந்ததாக இராது என்பது பற்றிச் சந்தேகமேமியில்லை. குற்றம் செய்து அதை நிவர்த்தி செய்யாதவன் அவன். தவிரவும் செத்தவரை அவனுக்கு முன்பின் தெரியாது. இருந்தும் ஒரு வினாடி கல்லறையண்டை நின்றான் அவன்.

பிறகு அவனும் திரும்பி ஜெரூசலம் நோக்கி நடந்தான்.

2

டேவிட் கேட்டைத் தாண்டி, பாதையோடு சிறிது தூரம் போனதும் பிளந்த உதடுகள் உள்ள அந்தப் பெண்ணைப் பார்த்தான் அவன். வீடுகளின் சுவர்களின் நிழலிலே பதுங்கிப் பதுங்கி நடந்த அவள் அவனைப் பார்க்காத மாதிரி நடந்தாள். ஆனால் தன்னைப் பார்த்துவிட்டாள் என்றும், தன்னை அவள் எதிர்பார்க்கவில்லை என்றும் அவன் அறிந்து கொண்டான். அவனைச் சிலுவையில் அறைந்து கொன்றுவிட்டார்கள் என்று தான் அவள் எண்ணி யிருப்பாள்.

அவளுக்குப் பின்னால் சிறிது தூரம் நடந்தான். பிறகு அவளைப் போய்ப் பிடித்தான். இப்போது அவனைக் கவனிக்காத மாதிரி அவள் எப்படியிருக்கமுடியும்? அப்படி அவளைச் சந்தித்திருக்க வேண்டிய தில்லைதான் அவன். அவளுடன் அவன் பேசியே இருக்க வேண்டிய தில்லைதான் அவன், அவளுடன் அவன் பேசியது அவனுக்கே ஆச்சரியமாகத்தான் இருந்தது. அவளுக்கும் அது ஆச்சரியமாக இருந்தது. அவசியமானபொழுது அவள் வெட்கம் நிறைந்த பர்வை யுடன் அவனை நிமிர்ந்து பார்த்தாள்.

அவர்கள் மனத்திலிருந்ததைப்பற்றி அவர்களிருவரும் பேச வில்லை. அவள் எங்கே போய்க்கொண்டிருந்தாள் என்று கேட்டான். தில்காலிடமிருந்து செய்தி ஏதாவது வந்ததா என்று கேட்டான். அவசியமானதற்கு அதிகமாக அவள் வாய் திறந்து எதுவும் சொல்ல வில்லை. அவள் பேசியதும் வழக்கப்படித் தெளிவில்லாமல் இருந்தது. அவள் எங்கும் போய்க் கொண்டிருக்கவில்லை. எங்கே வசித்துக் கொண்டிருந்தாள் என்கிற கேள்விக்கும் அவள் பதில் சரிவரச்சொல்ல வில்லை. அவள் பாவாடை ஓரமெல்லாம் கிழிந்து தொங்கிற்று என்று கவனித்தான். அசுத்தமான அவள் பெரிய கால்களில்

செருப்புக்கூட இல்லை, அவர்கள் சம்பாஷணை ஓய்ந்தது. இருவரும் மௌனமாக ஒருவர் பக்கத்தில் ஒருவர் நடந்தனர்.

இருண்ட குகைபோல திறந்திருந்த ஒரு வாயிலிருந்து பலவித குரல்கள் வெளியே எட்டின. அவர்கள் அந்த வாயிலைத் தாண்டும்போது, ஒரு பெரிய பருத்த ஸ்திரீ வெளியே ஓடிவந்தாள். பாரபாஸைப் பார்த்து உற்சாகமாகக் கூவினாள் அவள். அவன் குடித்துவிட்டிருந்தான். ஆனந்தத்துடனும் உத்ஸாகத்துடனும், பாரபாஸைக் கண்டதும் அவள் தன் உருண்டு திரண்ட கால்களை ஆட்டிக்கொண்டு முன்வந்தாள். உள்ளே வரச்சொல்லி வருந்தி அழைத்தாள். அவன் கொஞ்சம் வெட்கப்பட்டுத் தடுமாறியது மாதிரியும் இருந்தது. ஆனால் அந்த ஸ்திரீ அவனைக் கையைப் பிடித்திழுத்தாள். இருவரையும் உள்ளே தள்ளிக்கொண்டு சென்றாள். இரண்டு ஆண்களும் மூன்று ஸ்திரீகளும் உத்ஸாகமாகக் குரல் கொடுத்து அவனை வரவேற்றனர். உள்ளே கவிந்திருந்த இருட்டில் முதலில் அவர்களை அவனால் கண்டு கொள்ள முடியவில்லை. கண்ணுக்கு இருட்டு பழகிய பிறகுதான் உருவங்கள் சரிவரத் தெரிந்தன. மேஜையண்டை அவனுக்குப் பிரியத்துடன் இடம் ஒழித்து விட்டார்கள் அவர்கள். அவனுக்குக் குடிக்க மது அளித்தார்கள். ஒரே சமயத்தில் எல்லோரும் சேர்ந்து பேசினார்கள். சிறையிலிருந்து அவன் விடுவிக்கப்பட்டது எவ்வளவு அதிருஷ்ட கரமான விஷயம் என்றும், அவனுக்குப் பதில் சிலுவையில் சாக வேறு ஒருவன் கிடைத்தது எவ்வளவு சிரம சாத்தியமான காரியம் என்றும் அவர்கள் சொன்னார்கள். அவர்களும் நன்றாகக் குடித்து விட்டிருந்தார்கள். அவன் அதிருஷ்டத்தில் தங்களுக்கும் பங்கு கிடைத்துவிடும் என்று அவர்களுக்கு நம்பிக்கை. அந்த ஸ்திரீகளுக்குள் ஒருத்தி அவன் சட்டைக்குள் கை விட்டு மயிரடர்ந்த அவன் மார்பைத் தொட்டாள். அதைக்கண்டு அந்தப் பருத்த ஸ்திரீ விழுந்து விழுந்து சிரித்தாள்.

அவர்களுடன் பாரபாஸும் குடித்தான். ஆனால் அவன் அதிகமாகப் பேசவில்லை. ஆழ்ந்து ஒளிந்து கொள்ளவிரும்பியது போன்று கண்களால் எங்கேயோ தூரப் பார்வை பார்த்துக் கொண்டு, நிமிர்ந்து குடித்துக்கொண்டு உட்கார்ந்திருந்தான். அவன் ஏதோ விசித்திரமாக இருப்பதாக அவர்களுக்குத் தோன்றியது. அவன் வழக்கமாகவே சில சமயம் இப்படி இருப்பதுண்டு தான்.

ஸ்திரீகள் அவனுக்கு மதுவை ஊற்றி ஊற்றிக் கொடுத்தார்கள். அவன் குடித்தான். அவர்கள் பேசுவதை மௌனமாகக் கேட்டுக் கொண்டிருந்தான். சம்பாஷணையில் கூடியவரையில் கலந்து கொள்ளாமலேயிருக்க முயன்றான்.

கடைசியில் ஏன், என்ன விஷயம், ஏன் அப்படி இருந்தான் அவன் என்று அவர்கள் விசாரிக்கத் தலைப்பட்டார்கள். ஆனால் அந்தப்பருத்த ஸ்திரீ அவன் கழுத்தில் கையைப் போட்டு, உரிமை யுடன், அவன் சார்பில் பேசினாள். இவ்வளவு நாள் அடைபட்டுக் கிடந்தவன், சாகக்கிடந்தவன் பின் எப்படி இருக்கமுடியும் என்றாள் அவள். உயிர்த் தண்டனை விதிக்கப்பட்டவன் என்ன சொன்னாலும் செத்தவன்தானே? அவன் தண்டனை ரத்து செய்யப்பட்டு விடுவிக்கப் பட்டாலும் கூட அவன் செத்தவன்தான் செத்துப் பிழைத்தவன் என்று வேண்டுமானால் சொல்லலாம். மற்றவர்களைப்போல இருக்க அவனால் எப்படி முடியும்? அவள் சொன்னதைக் கேட்டு மற்றவர்கள் பல்லையிளித்தனர்.

அவளுக்குக் கோபம் வந்தது. பாரபாஸையும் பிளந்த உதடுகள் அந்தப் பெண்ணையும் தவிர மற்றவர்களையெல்லாம் அங்கிருந்து அடித்து விரட்டிவிடுவேன் என்று பயமுறுத்தினாள் அவள். பிளந்த உதடுள்ள பெண்ணை அவளுக்கு முன்பின் தெரியாது – ஆனால் அவளைப் பார்த்தால் நல்லமாதிரியாக இருந்தது. என்றாள் அவள். இப்படித் தங்களைப் பார்த்துப் பேசிய ஸ்திரீகளைப்பார்த்து விலாவலிக்கச் சிரித்தனர் அவர்கள் இருவரும், பிறகு சிரிப்பை அடக்கிக்கொண்டு, பாரபாசுடன் குசுகுசு வென்று ரகசியக் குரலில் ஒரு சம்பாஷணையைத் துவக்கினார்கள். இருட்டியவுடன் அவர்கள் மீண்டும் குன்றுகளுக்குப் போவதாகச் சொன்னார்கள். கொண்டுவந்த ஒரு ஆட்டுக்குட்டியை கோயிலில் பலியிடுவதற்காகத்தான் தங்கினார்கள், அதைத்தவிர அங்கு அவர்களுக்கு வேறு வேலை ஒன்றும் இல்லை. அதைக் கோயிலில் ஏற்றுக் கொள்ள மறுத்து விட்டதால், பலியாக இரண்டு வெள்ளைப் புறாக்களை அளித்து விட்டார்கள். ஆட்டுக்குட்டியை விற்றுவந்த காசுக்கு அவர்கள், குடித்து, இந்தப் பருத்த ஸ்திரீயின் விடுதியில் உத்ஸாகமாகப் பொழுதைக் கழித்துக் கொண்டிருந்தார்கள். அவனுக்காகவே காத்திருந்தார்கள் அவர்கள் என்றும் சொல்லலாம். அவர்களுடைய புது ரகசிய வாசஸ்தலம் எங்கிருந்தது என்றும் சொன்னார்கள் அவர்கள். புரிந்துகொண்ட மாதிரி பாரபாஸ் தலையையாட்டினானே தவிர, பதில் ஒன்றும் சொல்லவில்லை.

பாரபாஸுக்குப் பதில் சிலுவையில் உயிர் நீத்த மனிதனைப்பற்றி ஸ்திரீகளில் ஒருத்தி பேசத்தொடங்கினாள். அவரை அவள் ஒருதரம் பார்த்திருந்தாளாம் – தெருவோடு போகும்போதுதான், அவர் மஹா அறிஞர் என்றும் பின்னால் நடக்கப்போவதை முன்கூட்டியே அறிந்து சொல்பவரென்றும், அதிசயங்கள் விளைவிப்பதில் வல்லவன் என்றும் அவரைப்பற்றி அவள் கேள்விப்பட்டிருந்தாள். அதில் ஒன்றும் தவறில்லை? எத்தனையோ பேர்வழிகள் அப்படிப்பட்ட

வர்கள் இருந்தார்கள். வேறு எதற்காகவேனும்தான் அவரை சிலுவையில் அறைந்திருக்க வேண்டும் – எதிர்காலத்தை அறிந்து சொன்னதற்காகவோ அதிசயங்கள் நிகழ்த்தியதற்காகவோ இருக்க முடியாது. மிகவும் மெலிந்தவர், எலும்பும் தோலுமாக இருந்தார் என்பதுமட்டும் அவளுக்கு நன்கு ஞாபகம் இருந்தது. இன்னொரு ஸ்திரீ அவரைப் பற்றிப் பேசினாள்; அவள் அவரை நேரில் பார்த்த தில்லை; ஆனால் அவரைப்பற்றிக் கேள்விப்பட்டிருந்தாள். கோயில் இடிந்து விழுந்துவிடும் என்றும், ஜெரூசலம் பூகம்பத்தால் அழிந்து விடுமென்றும் பூமியும் வானமும் தீக்கிரையாகிவிடும் என்றும் அவர் ஜோசியம் சொன்னதாக அவள் கூறினாள். பைத்தியக்காரத்தனம் தான் அது அதற்காக அவர் சிலுவையில் அறையப்பட்டிருந்தால் அதில் ஆச்சரியம் ஒன்றும் இல்லை. ஆனால் மூன்றாவது ஒரு ஸ்திரீ சொன்னாள். அவர் ஏழைகள்தான் சுவர்க்கத்துக்குப் போவார் கள் என்றும் அவர் சொன்னதாகச் சொன்னாள். கடவுளின் ராஜ்யத்தில் ஏழைகளுக்குத் தான் மதிப்பு என்றும் அவர் சொன்னது அந்த விலைமகளுக்கு கேலிக்குரிய விஷயமாகத்தான் இருந்தது. உண்மையாக இருந்தால் நன்றாகத்தான் இருக்கும்.

பாரபாஸ் அவர்கள் பேசுவதைக் கேட்டுக்கொண்டு உட்கார்ந் திருந்தான். எங்கேயோ தூரத்திலிருப்பவன் போல இல்லை அவன். ஆனால் சிரிப்போ பூரிப்போ வரவில்லை அவனுக்குப் பதில் யார் செத்துப்போனால் என்ன? அவன் பிழைத்தால் சரிதான். மற்ற வனைப் பற்றி எனக்கென்ன கவலை என்றாள் அவள். இறந்தது வேறு யாரோதானே – பாரபாஸ் அல்ல – அதுதான் முக்கியம்.

பிளவுபட்ட உதட்டுடன் கூடிய பெண் கூனிக் குறுகிக்கொண்டு எதையும் கவனிக்காதவள் போல உட்கார்ந்திருந்தாள் முதலில், பிறகு சிலுவையில் இறந்தவரைப் பற்றி அவர்கள் பேசியதை மிகவும் கவனமாகக் கேட்டாள். இப்போது அவள் விசித்திரமாக நடந்து கொண்டாள். எழுந்து நின்றாள் அவள். தெருவிலிருந்து தன்னோடு வந்தவனை முகத்தில் ஒரு வெறுப்புடனும் அருவருப்புடனும் பார்த்தாள். வெளிரிட்டு மெலிந்திருந்த அவள் முகம் வெறுப்பால் மாறியது. விசித்திரமான குரலில், மூக்கால் பேசுபவள்போல "பாரபாஸ்!" என்றாள்.

இதிலே பிரமாதமான விசித்திரம் எதுவுமில்லை, அவன் பெயரைச் சொல்லி அவள் கூப்பிட்டாள்–அவ்வளவு தான். ஆனால் எல்லோரும் ஆச்சிரியத்துடன் அவனைப் பார்த்தனர். பாரபாஸுக்கும் அது விசித்திரமாகத்தான் இருந்தது. அவளை நேரில் பார்க்க விரும்பாத வன் போல் கண்களை அங்கும் இங்கும் ஓட விட்டுக் கொண்டு உட்கார்ந்திருந்தான். எதற்காக அவன் பயப்பட வேண்டும் என்பது

அவர்கள் யாருக்கும் தெரியவில்லை. ஆனால் அதனால் என்ன? அதையெல்லாம் கவனித்துக்கொண்டு பொழுதைப் போக்குவானேன்.

பாரபாஸ் நல்ல தோழந்தான் எனினும் சில சமயங்களில் அவன் விசித்திரமாகத்தான் நடந்து கொள்வான்–அதனாலென்ன? உண்மையில் அவன் மனத்திலிருந்து என்ன என்பதை யாருமே அறிய மாட்டார்கள்.

எழுந்தவன் மண் தரையில் விரித்திருந்த பாயின்மேல் சுருட்டி மடக்கிக்கொண்டு மீண்டும் உட்கார்ந்துவிட்டான். எரித்துவிடும்போல அவன் கண்கள் அவளையே பார்த்துக் கொண்டிருந்தன.

பருத்த ஸ்திரீ போய், பாரபாஸுக்கு உணவு கொணர்ந்து வைத்தாள். அவன் பசியால் வருந்தினான் என்கிற எண்ணம் போலும் அவளுக்கு. அதிகாரத்திலிருக்கும் அழுகுப் பன்றிகள் அவனுக்கு உணவே தராமல் பட்டினி போட்டிருப்பார்கள். ரொட்டியும் உப்பிட்டு உலர்ந்த மாமிசமும் கொணர்ந்து அவன் முன் வைத்தாள். ஆனால் அவன் கொஞ்சமாகத்தான் உணவருந் தினான் மிச்ச மிருந்ததை பிளந்த உதட்டுக் காரியிடம் தந்தான். ஒரு வாய் சாப்பிடு வதற்குள்ளாகவே திருப்தியடைந்துவிட்டது போல் இருந்தது. அந்த உணவை அள்ளித்தின்றாள் அந்தப் பெண்; ஒரு மிருகம் இறை தின்பதுபோல வேகமாகத் தின்றாள்; பிறகு வீட்டை விட்டு வெளியேறி விட்டாள். திடீரென்று அவனை அங்குக் காணவில்லை.

எப்படிப்பட்ட பெண் அவள் என்று மற்றவர்கள் தங்களுக்குள் விசாரித்துக் கொண்டார்கள். ஆனால் யாரும் பதில் தரவில்லை. பாரபாஸ் எப்பவுமே எவரையும் ரகசியமாக வைத்துக்கொள்பவன் தான். தன் விஷயங்களைப் பற்றி எதையும் அவன் வாய் திறந்து சொல்லிவிடமாட்டான்.

ஸ்திரீகள் பக்கம் திரும்பி பாரபாஸ் கேட்டான். “அந்தப் பிரசங்கி– அவர் எந்த மாதிரி அதிசயங்கள் நடத்தினார்? எந்த மாதிரிக் கொள்கைகளை எடுத்துச் சொன்னார்.”

தெரிந்தவரையில் அவர்கள் சொன்னார்கள்; அவர் வியாதி யஸ்தர்களைச் சொஸ்தப்படுத்தினார். பேய் பிசாசுகளை அடித்து விரட்டினார். இறந்தவர்களைப் பிழைக்க வைத்ததாகக் கூடச் சொல்லிக் கொள்வார்கள். ஆனால் நிஜமாக இருக்காது–இருக்குமா? எந்த மாதிரிக்கொள்கைகளை அவர் எடுத்து சொன்னார் என்பது அவர்களுக்குத் தெளிவாகத் தெரியாது. ஒருத்தி ஒரு கலியாணத்தைப் பற்றிச் சொன்னாள்–அது அவர் கொள்கையை ஸ்தாபிக்க அவர் சொன்ன கதை என்றாள்–கலியாணத்துக்குப் பெரிதாக விருந்து ஏற்பாடாகியிருந்தது ஆனால் விருந்தாளிகள் யாரும் வரவில்லை. தெருவோடு போகிறவர்களை எல்லாம் அழைத்து வந்தார்கள்–

பிச்சைக்காரர்கள், ஏழைகள், பட்டினி கிடப்பவர்கள் என்று பலரைக் கொணர்ந்தார்கள். கந்தல் அணிந்திருந்தவர்கள் தான் அவர்கள் எல்லோரும் விருந்தளித்தவனுக்கும் கோபம் வந்துவிட்டதோ என்னவோ–கதையின் முடிவு கதை சொன்னவளுக்குச் சரிவரத் தெரியவில்லை. விடாமல் கவனித்துக் கேட்டான் பாரபாஸ். ஏதோ அதிசயமான விஷயத்தைச் சொல்லக் கேட்பவன் போல, ஸ்திரீகளில் ஒருத்தி அவர் அவதாரபுருஷன் என்று தன்னைப் பற்றி நினைத்தார் என்று சொன்னாள். அப்படித்தான் இருக்க வேண்டும் என்றாள். தன்னுடைய சிவந்த தாடியை உருவிக்கொண்டு பாரபாஸ் சிந்தனை யில் ஆழ்ந்தவனாக உட்கார்ந்திருந்தான். 'அவதார புருஷரா? இராது இருக்கவே முடியாது' என்று தன்க்குள் முணு முணுத்துக் கொண் டான்.

"அப்படியெல்லாம் இருக்கமுடியாது!" என்றான் ஆண்களில் ஒருவன். "அப்படியிருந்தால் அவனைச் சிலுவையில் அறைந்து கொன்றிருக்கவே முடியாது. அப்பன் பெயர் தெரியாத அதிகாரிக ளெல்லாம் உடனேயே செத்து விழுந்திருக்க மாட்டார்களா? அவதாரபுருஷர் என்றால் அவர் எப்படி என்று இந்த ஸ்திரீக்கு தெரியாது."

"அவர் அவதார புருஷனாக இருந்தால், சிலுவையிலிருந்து இறங்கி வந்து எல்லோரையும் தீர்த்துக்கட்டியிருக்க மாட்டாரா?"

"அவதார புருஷரைச் சிலுவையில் அறைந்து கொல்வது என்பது நடக்குமா என்ன?"

பெரிய கையில் தாடியை வைத்துக்கொண்டு பாரபாஸ் மண் தரையைப் பார்த்துக் கொண்டு உட்கார்ந்திருந்தான். "இராது, அவர் அவதார புருஷனாக இருக்கமுடியாது."

அவன் விலாவில் ஒரு குத்துக் குத்தி அவன் நண்பர்களில் ஒருவன் சொன்னான்; "குடி குடி! ஏன் முணுமுணுத்துக்கொண்டு பிரமை பிடித்தவன் மாதிரி இப்படி உட்கார்ந்து கொண்டிருக்கிறாய்?" இப்படி அவன் துணிந்து செய்ததே எதிர்பாராத விஷயம்தான். பாரபாஸிடம் இப்படியெல்லாம் விளையாட யாருக்கும் துணிவு வராது. பாரபாஸ்கூட ஏதோ தன்னை மறந்தவனாக ஒரு வாய் மது அருந்தி விட்டு, கோப்பையைக் கீழே வைத்து விட்டு, மீண்டும் சிந்தனையில் ஆழ்ந்தான். பெண்களில் ஒருத்தி மீண்டும் கோப்பையை நிரப்பினாள், மீண்டும் அருந்தத் தூண்டினாள். மது போதை ஏற்பட்டிருக்கலாம் அவனுக்கு –எனினும் அவன் சிந்தனைகள் இன்னமும் எங்கேயோதான் இருந்தன. முழங்கையால் மீண்டும் அவனை முட்டினான் அந்த மனிதன்.

"வா! இன்னும் குடி" இன்பத்தை நுகரு. ஏன் அப்படித் துயரில் மூழ்கிக்கிடக்கிறாய்? உயிருடன் தப்பியது பற்றி நீ சந்தோஷப்பட வேண்டாமா? சிலுவையில் அறைந்து உயிர் நீத்திருந்தால், நண்பர்கள் ஏது, மது ஏது? இத்தனை நேரம் அழ வேண்டியதாக இருக்கும். தப்பியது பற்றிச் சந்தோஷப்படு, இது நல்லது இல்லையா? உயிருடனி ருக்கிறாய்? மதுவை அருந்தி ஆனந்தி, காப்பாற்றப்பட்டுவிட்ட நீ சந்தோஷமாக இருக்க வேண்டமா? பாரபாஸ், உயிர் இருக்கிறது உனக்கு."

"ஆமாம்! ஆமாம்! நிஜம்தான், ம்..." என்றான் பாரபாஸ்.

இப்படியாக அவன் பார்வை எங்கோ இருந்ததையும், அவன் சிந்தனைகள் எங்கோ சரிப்படுத்த அவர்கள் முயன்றார்கள். அவன் மீண்டும் சாதாரண மனிதனாகிவிட வேண்டும் என்று எண்ணி அதற்கானபடிப் பேச்சுக் கொடுத்தார்கள். அவர்கள் குடித்துக் கொண்டு, பல விஷயங்களைப் பற்றிப் பேசிக் கொண்டிருந்தார்கள். இனிமேல் அவன் சாதாரணமாக இருப்பான் என்று அவர்கள் எண்ணினார்கள்.

இப்படி அவர்கள் பேசிக் கொண்டிருக்கும்போது அவன் திடீரென்று விசித்திரமான கேள்வி கேட்டான். இன்று நண்பகலில் இருட்டிற்றே அதைப்பற்றி அவர்கள் என்ன நினைத்தார்கள் என்று கேட்டான். அவன் சூரியன் ஒளியிழந்து கொஞ்சநேரம் இருந்ததே அதைப் பற்றி அவர்கள் என்ன நினைத்தார்கள் என்று கேட்டான்.

"இருட்டா? இருட்டிற்றா? ஏது? எப்போ!" என்று ஆச்சரியத் துடன் அவனைப் பார்த்தார்கள். "அப்போ ஒன்றும் இருட்ட வில்லையே! இருட்டாக எப்போதிருந்தது."

"ஆறாவது மணியடித்தபோது!"

"சே! சே! அசட்டுப் பேச்சு! அப்படி ஒன்று இருட்டினதாகத் தெரியவில்லை!"

நம்பாமல் ஒவ்வொருவர் முகத்தையும் பார்த்த பாரபாஸ். ஒரே குழப்பமாக இருந்தது அவனுக்கு. இருட்டில் அவர்களில் யாரும் கவனிக்கவில்லை – இருட்டவில்லையே என்று சொன்னார்கள் அவர்கள். ஜெரூசலத்தில் எங்கும் அன்று இருட்டவில்லை என்றார் கள். உண்மையாகவே அவன் இருட்டியதாக நம்பினானா என்ன? நண் பகலில் இருட்டிற்றா? விசித்திரம்தான்! சிறையில் பல நாள் அடைபட்டுக்கிடந்தது அவன் கண்களைப் பாதித்து விட்டதோ என்னவோ? கண்ணில்தான் கோளாறோ என்னவோ? இருட்டவே யில்லையே! கண்தான் பழுதாகி இருக்கவேண்டும்! வெளிச் சத்துக்குப் பழகாத கண்கள் இருட்டிவிட்டதாக எண்ணியிருக்க

வேண்டும் என்றாள் பருத்த ஸ்திரீ, அதில் ஆச்சரியப்பட ஒன்று மில்லை.

அவர்களை அவநம்பிக்கையுடன் பார்த்தான் பாரபாஸ். ஏதோ ஒரு விஷயத்தில் ஒரு ஆறுதல் ஏற்பட்டமாதிரியும் இருந்தது. நிமிர்ந்து உட்கார்ந்துகொண்டு கையை நீட்டிக் கோப்பையை எடுத்து அடிவரையில் ஒரே வாயாக அருந்திவிட்டான், பிறகு கோப்பையை மேஜைமேல் வைக்காமல், கையில் வைத்துக்கொண்டே இன்னும் கொஞ்சம் மதுவுக்கு நீட்டினான், உடனேயே மதுகிடைத்தது; எல்லோரும் திருப்தியுடன் குடித்தார்கள். மதுவை ரசித்து அருந்தத் தொடங்கினான் அவன். முன்னெல்லாம் போல அவன் பூரணமாக மதுவை ரஸிக்க ஆரம்பித்துவிட்டான் என்று கண்ட மற்றவர்களுக்குத் திருப்தியாக இருந்தது. அவன் மனோபாவம் இருள் நீங்கி எப்பொழுதும் போலாகிக்கொண்டிருந்தது என்பதுபற்றி அவன் நண்பர்கள் சந்தோஷப்பட்டனர். அதிகமாக இப்பொழுதும் பேச வில்லை அவன். எனினும் சிறையில் எப்படி இருந்தது என்று இரண்டொரு வார்த்தைகளில் சுருக்கமாகச் சொன்னான். நரக வஸ்தையை அனுபவித்து விட்டவன் போலப் பேசினான். எப்படியோ தப்பித்துக் கொண்டுவிட்டானே–அது பெரிதில்லையா? பிடித்துக் கொண்டால் அதிகாரிகள் விட்டு விடமாட்டார்களே! அவர்கள் பிடியிலிருந்து தப்பியது பெரிய காரியம் இல்லையா? அதிருஷ்டக்காரன்தான் அவன்! சிலுவையில் உயிர் போய்விடும், நிச்சயம் என்று முதலில் காத்திருந்தான் அவன். பாஸோவர் விருந்து சமயத்தில் யாராவது ஒரு கைதியை விடுதலை செய்வார்கள் என்பது எதிர்பார்க்கப்பட்ட விஷயம்தான் எனினும் அது அவனாக இருந்தது அதிருஷ்டம் தான். மிகவும் பிரமாதமான சைத்தான் சார்பான அதிருஷ்டம்தான். அப்படித்தான் அவனும் எண்ணினான் – சைத்தானின் உதவியில்லாமல் அவனால் தப்பியிருக்கமுடியுமா? அவனை விலாவில் குத்தி, முதுகில் தட்டி மற்றவர்கள் குடிவெறியில் பாராட்டியபோது அவனுக்கு முழுமனத்துடன் அந்த வெறியில் கலந்து கொண்டாலும் அதிகம் பேசவில்லை. எனினும் அவன் மனத்தில் இருந்த உத்ஸாகம் தெளிவாகத் தெரியக்கிடந்தது. ஒவ்வொருவருடனும் குடித்தான் அவன். முகத்தை அவர்கள் முகத்தோடு சேர்த்துக்கொண்டு பேசினான். ஒருவர் மேல் ஒருவர் உஷ்ணமான மூச்சுக் காற்று வீச அவர்கள் தங்கள் சந்தோஷத்தை, பாரபாஸின் அதிருஷ்டம் பற்றித் தங்களின் திருப்தியைத் தெரிவித் தார்கள்: மது போதை ஏற ஏற அவன் தன் அசாதாரணத்துவத்தை மறந்து விட்டு உருகத்தொடங்கினான். கொஞ்சம் கொஞ்சமாக அவனுக்கு வேகம் கிளம்பியது. உஷ்ணத்தால் பாதிக்கப்பட்டவனாய் உடைகளை அவிழ்த்துவிட்டுக் கொண்டான். மற்றவர்களைப் போல,

அவனும் தன் ஆஸனத்தில் படுக்கிற மாதிரி சாய்ந்து கொண்டான். பிறகு ஆனந்தப்படத் தொடங்கி விட்டான் என்பது தெரிந்தது. அருகில் இருந்த ஸ்திரீயின் இடுப்பில் கை வைத்து இழுத்து அணைத்துக் கொண்டான். அவளும் சிரித்துக்கொண்டு, அவன் கழுத்தில் கை போட்டு கட்டிக் கொண்டாள். அவளிடமிருந்து விடுவித்து அவனை அந்த பருத்த ஸ்திரீ கட்டிக்கொண்டாள். சிறையிலிருந்து வெளியே வந்த பிறகு இப்போதுதான் தன் காதலன் தனக்குக் கிடைத்தான் என்று சொல்லி அவனைக் கட்டியணைத்துக் கொண்டாள் அவள். அசட்டுத்தனமாக இருட்டு, சூரிய ஒளி மறைந்துவிட்டது என்றெல்லாம் பைத்தியக்காரத்தனமாக நம்பிக் கொண்டு அவன் பொழுது போக்குவது பிசகு, கூடாது! கூடாது! என்று கொஞ்சினாள் உடல் பருத்தவள். அவனை இழுத்து அணைத்து உடம்பெல்லாம் தடித்துத் தொங்கிய தன் உதடுகளால் முத்தமிட்டாள். 'சிப்சிப்' என்று சப்தம்பட முத்தமிட்டாள் அவள். பருத்த விரல்களால் அவன் கழுத்துச் சதைமடிப்புகளைத் தடவிக் கொடுத்தாள். அவன் சிவந்த தாடி மயிரைக் கோதிவிட்டாள். அவன் மீண்டும் பழைய மாதிரியாகிவிட்டது பற்றி எல்லோருக்குமே திருப்திதான். நல்லதனமாகக் கவலைகளையும் மரண கஷ்டங் களையும் மறந்துவிட்டு, விளையாட்டுப் புத்தியுடன் அவன் இருப்பது எல்லோருக்குமே திருப்தியளித்தது. முழுமனத்துடன் நிஷ்கவலையாக இப்போது எல்லோரும் குடிக்கதொடங்கினார்கள். குடிக்கக்குடிக்க அவர்கள் பேச்சு வேகமும் அதிகரித்தது–வார்த்தைகளைச் சரிவர உச்சரிக்காவிட்டாலும் கூட வேகமாகப் பேசினார்கள். எதைப்பற்றியும் விவாதம் இல்லாமல் ஒத்துக்கொண்டு போகிற மனோபாவத்தி லிருந்தார்கள் அவர்கள். நல்ல பொழுதாகப் போய்க் கொண்டிருக் கிறது என்பது அவர்கள் எண்ணம். அவர்களுக்கு வெறியூட்ட மதுவிருந்தது. பெண்களின் நெருக்கமும் இருந்தது. அவர்களில் அநேகமாக எல்லோருமே பல மாதங்களாக மது அருந்தாதவர்கள். காதலை அனுபவிக்காதவர்கள். இத்தனை நாளாக இல்லாததற்குமாகச் சேர்த்து வைத்து இப்போது அனுபவித்து விடவேண்டும் என்கிற கட்சியைச் சேர்ந்தவர்கள் அவர்கள். சீக்கிரமே அவர்கள் மீண்டும் மலைகளுக்குப் போய் விடுவார்கள். அதிக நேரம் இல்லை அவர் களுக்கு, எதையும் அனுபவிக்க, ஜெரூசலத்தில் இருக்கிற நேரத்தைக் கொண்டாட வேண்டும் அவர்கள். அதுமட்டுமல்ல, பாரபாஸின் விடுதலையையும் கொண்டாட வேண்டும் அவர்கள். காரமான புளித்த மதுவை அருந்தி அவர்கள் போதையேற்றிக் கொண்டார்கள். பருத்த ஸ்திரீகளைத் தவிர மற்ற பெண்களையெல்லாம் மாறிமாறிக் கட்டியணைத்து சரஸமாடினார்கள். உள்ளேயிருந்த ஒரு திரைக்குப் பின்னால் அந்தப் பெண்களை ஒருவர் பின் ஒருவராக இழுத்துச் சென்று அனுபவித்தார்கள். முகம் சிவந்து கழித்து வெளியே வந்து

மீண்டும் குடித்தார்கள். எதையும் பூரணமாக அனுபவித்துச் செய்வது அவர்கள் வழக்கம். அந்தப்படியே இப்பவும் செய்தார்கள். பலவிதமான திருப்திச் சப்தங்களுடன் எல்லாவற்றையும் செய்தார்கள்.

இப்படி இருட்டுகிற வரையில் நடந்தது. பிறகு அந்த இரண்டு ஆண்களும் எழுந்து போக நேரமாகிவிட்டது என்று கிளம்பினார்கள். தங்கள் ஆட்டுத்தோல்களை எடுத்து மேலே போட்டுக்கொண்டு, ஆயுதங்களைச், சரியாக மறைத்து வைத்துக் கொண்டு விடைபெற்றுக் கொண்டு பதுங்கி பதுங்கித் தெருவிலே நடந்து மறைந்தார்கள் அவர்கள். தெருவிலே இருட்டத் தொடங்கி விட்டது. திரைக்குப் பின்னால் போய்ப் படுத்து மூன்று ஸ்திரீகளும் உறங்கிவிட்டார்கள். அலுப்பு மட்டுமல்ல; குடி போதையில் அவர்கள் ஸ்தம்பித்துக் கிடந்தார்கள். இப்பொழுது பாரபாஸையும் அந்த பருத்த ஸ்திரீயை யும் தவிர வேறு யாருமில்லை அங்கு. நாமும் அனுபவித்துவிட்டு உறங்க நேரமில்லையா என்று கேட்டாள் அந்த பருத்த ஸ்திரீ. இத்தனை நாள் கஷ்டப்பட்ட பிறகு இந்த ஆனந்தம் நூறுமடங்காகத் தோன்றவில்லையா என்று கேட்டாள் அவள். உலகில் இதற்கீடாக ஆனந்தம் ஏதென்றாள் அவள். சிலுவையில் உயிர் துறக்க விருந்த ஒருவனுடன் சுகிப்பதை? சிறையில் இவ்வளவு வாடிய ஒருவனுடன் சுகிப்பதை அவள் வரவேற்கத் தயாராக இருந்தாள். அவனை மாடிக்கு அழைத்துச் சென்றாள். பனை ஓலைக் கூரை போட்ட ஒரு அறை, கோடை நாட்களுக்கு என்று அவள் தயார் செய்து வைத்திருந்தாள். அவர்கள் படுத்தார்கள். அவனுக்கு ராக்ஷஸ வேகம் பிறப்பதுபோல இருந்தது. அவளுடைய மாமிச பிண்டத்தை விட்டு நகர மனமில்லாத வன் போல அவன் அவளைக் கட்டியணைத்து அனுபவித்தான். சுற்றுப் புறத்தில் எதையும் கவனியாமல் அவர்கள் விஷய சுகத்தில் ஈடுபட்டார்கள். நள்ளிரவுக்கு மேல்தான் அவர்களுக்கு சுயப்பிரக்ஞை வந்தது.

கடைசியில் ஒரு வழியாக இருவரும் அலுத்து விட்டார்கள். ஒருக்களித்துப் படுத்து அவள் உடனேயே தூங்க ஆரம்பித்து விட்டாள். வியர்வை வேகம் வீசிய அவள் உடலுக்குப் பக்கத்தில் ஒண்டிக்கொண்டு படுத்திருந்தான் அவன். பனை ஓலைகளுக்கிடையில் தெரிந்த வானத்தைப் பார்த்துக் கொண்டு கிடந்தான். நடுச் சிலுவையில் அறையப்பட்டு உயிர் நீத்த மனிதரைப் பற்றிச் சிந்தித்துக் கொண்டு கிடந்தான்; சிலுவை மலையை ஞாபகப்படுத்திக் கொண் டான்; அந்த அதிசயமான இருட்டு எப்படி அச்சமயம் ஏற்பட்டது என்று சிந்தித்தான். நிஜமாகவே இருட்டிற்றா? அல்லது வெறும் பிராந்திதானா அது என்று தன்னையே கேட்டுக்கொண்டான். நிஜமாகவே அந்த இருட்டை அவன் கற்பனைதான் செய்து கொண்டானோ? நகரில் இருட்டவில்லை; கொல்கோதா மலைமேல்

மட்டும் இருட்டிற்றோ? அப்போது உண்மையில் அங்கு இருட்டத் தான் இருட்டிற்று. காவல்வீரர்கள் கூடப் பயந்து போய், ஆயுதங் களைத் தூக்கிக் கொண்டு, வளைந்து நின்று காவல் புரிந்தார்களே; அது கற்பனையுமல்ல: மனப் பிராந்தியுமல்ல. அவ்வளவுமா கற்பனை? அவனுக்குப் புரியத்தானில்லை. நடந்ததற்கு அர்த்தம் என்ன என்று அவனால் கண்டு கொள்ளமுடியவில்லை.

சிலுவையில் உயிர் நீத்த அந்த மனிதரைப்பற்றி மறுபடியும் நினைத்தான் அவன். அவர் உருவத்தை ஞாபகப்படுத்திக் கொண் டான். கண்கள் திறந்திருக்க தூங்க முடியாமல், பக்கத்தில் கிடந்த மாமிச பாவத்துடன் உரசிக்கொண்டு, அவரைப்பற்றி எண்ணி னான் அவன். காய்ந்த பனை ஓலைக்கப்பால் வானம் தெரிந்தது– வானமாகத்தானே இருக்கவேண்டும்! இருட்டித்தான் காணக் கிடந்தது.

கொல்கோதா மலையில் மட்டுமல்ல – இப்போது மற்ற எல்லா இடங்களிலுமே இருள் கவிந்து கிடந்தது.

3

மறுநாள் பாரபாஸ் நகரில் அங்குமிங்கும் போனான். தெரிந்தவர்கள் பலரைப் பார்த்தான். அவர்களில் சிலர் நண்பர்கள், சிலர் விரோதிகள் எல்லோருமே அவனை உயிருடன் மீண்டும் கண்டது பற்றி ஆச்சரியப்பட்டனர் ஏதோ ஆவியைக் கண்டவர்கள் போலச் சிலருக்குத் திடுக்கிடவும் செய்தது. இதுவே அவனுக்கு ஒரு அருவருப்பு உணர்ச்சியைத் தந்தது. அவனை விடுதலை செய்து விட்டார்கள் என்பது அவர்களுக்குத் தெரியாதோ? எப்போது தெரிந்து கொள்வார்கள் என்று தன்னையே கேட்டுக் கொண்டான்.

வெய்யில் உக்கிரமாகவே காய்ந்தது. அந்த வெளிச்சத்துக்குக் கண்ணை மீண்டும் பழக்கிக் கொள்வது சிரமமாகத்தான் இருந்தது. சிறையில் அவன் அடைப்பட்டிருந்த நாட்களில் அவன் கண்கள் உண்மையிலேயே கெட்டுவிட்டனவோ? எதுவானாலும், அவன் நிழலிலேயே நடந்தான். கோவிலுக்குப் போகும் பாதையில் மண்டபத்தைத் தாண்டும்போது கண்களுக்கு ஓய்வு தரும் உத்தேசத்துடன் அவன் மண்டபத்தின் நிழலில் சிறிது தங்கினான். திருப்தியாகவே இருந்தது. குளுமையாக இருந்தது.

சுவரோரமாக சுருட்டி மடக்கிக்கொண்டு இரண்டொருவர் உட்கார்ந்திருந்தனர். அவர்கள் தங்களுக்குள் மெதுவாகக் குசுகுசுவென்று பேசிக்கொண்டிருந்தனர். அவன் அங்கு வந்து இளைப்பாறியதை அவர்கள் விரும்பவில்லை. என்பது தெரிந்தது. குரலைத் தாழ்த்திப் பேசினார்கள் – அவனை அடிக்கடித் திருப்பிச் சந்தேகத்துடன் பார்த்துக் கொண்டார்கள். அங்கொன்றும் இங்கொன்றுமாக இரண்டொரு வார்த்தைகள் பாரபாஸின் காதில் விழுந்தன. ஆனால் விழுந்த வார்த்தைகளுக்கு அர்த்தம் புரியவில்லை அவனுக்கு.

அவர்கள் ரகசியத்தில் என்ன பேசிக்கொண்டிருந்தால் அதனா லென்ன; அது பற்றி அவனுக்கென்ன கவலை? அவர்களில் ஒருவனுக்கு அவன் வயதுதான் இருக்கும். அவன் தாடி மயிரும் அவனுடையதே போலச் சிவந்துதான் இருந்தது. அவன் தலைமயிரும் சிவப்பாகத்தான் இருந்தது. அவன் கண்கள் நீலமாக இருந்தன. தசைப்பற்று மிகுந்த அகன்ற முகத்திற்கு அந்தக் கண்கள் ஒரு விசித்திரமான எளிய தோற்றம் அளித்தன. உருவத்தில் பெரியவன் அவன். நாட்டுப்புறத் தான், கையால் வேலை செய்து பிழைப்பவன் என்று பார்வைக்குத் தோன்றியது. அவன் யார், எப்படிப்பட்டவன் என்பதெல்லாம்பற்றி பாரபாஸூக்குக் கவலை என்ன? ஆனால் எத்தனை பேருக்கு நடுவில் பார்த்தாலும் அவன் உருவத்தை மறக்க முடியாது. அவன் தோற்றத்தில் சிறப்பாகச் சொல்ல ஒன்றுமில்லை. எனினும் அவன் எந்தக் கூட்டத்திலும் தனியாகக் காணப்படுவான் என்பது நிச்சயம்.

அந்தப் பெரிய உருவத்தவன் ஏதோ கவலையிலிருந்தான்–உடன் இருந்த மற்றவர்களும் ஏதோ கவலையாகத் தான் இருந்தார்கள். யாரோ இறந்துவிட்டவனைப் பற்றி அவர்கள் பேசிக் கொண்டிருந்த மாதிரி தோன்றியது. அவர்கள் அடிக்கடி பெருமூச்செறிந்து கொண்டி ருந்தார்கள். பெண்கள் மாதிரி பெருமூச்செறிந்து கொண்டிருந்தார்கள். அப்படியானால் அவர்கள் யாருக்காகவோ துக்கத்தில் ஆழ்ந்திருந்தவர் கள்.

திடீரென்று அவர்கள் பேச்சில் ஒரு வாக்கியம் அவன் காதில் தெளிவாக விழுந்தது. இறந்தவர் சிலுவையில் இறந்தார்–நேற்றுத் தான் இறந்தார்–நேற்றா?

மேலும் காதில் விழாதா என்று காதைத் தீட்டிக்கொண்டு உட்கார்ந்து இருந்தான் அவன். மறுபடியும் அவர்கள் குரல் தாழ்ந்து விட்டது–அவன் காதில் ஒன்றும் விழவில்லை.

யாரைப்பற்றிப் பேசிக்கொண்டிருந்தார்கள் அவர்கள்?

தெருவோடு பலர் சந்தடி செய்துகொண்டு போய்க் கொண்டிருந் தார்கள். அந்தச் சந்தடியில் இங்கு அவர்கள் பேசியது காதில் விழ வில்லை. மறுபடியும் அந்தச் சந்தடியில் அடங்கியபின் இரண்டொரு வார்த்தைகள் அவன் காதில் விழுந்தன. அவன் நினைத்தது சரிதான்– அவரைப் பற்றித்தான் அவர்கள் பேசிக் கொண்டிருந்தார்கள்; அவரைப் பற்றியேதான். சிலுவையில் பாரபாஸூக்குப் பதிலாக இறந்த அவரைப் பற்றித்தான்.

விசித்திரம் தான். அவரைப் பற்றி அவனே கொஞ்ச நேரத்துக்கு முன் சிந்தித்துக் கொண்டிருந்தான். வெளிவாசலைத் தாண்டும் விளைவு அவனுக்கு அவரை ஞாபகமூட்டியது. சிலுவையைத் தூக்கமாட்டாமல் தடுமாறிய இடம் வந்தபோது அந்த ஞாபகம்

அவனுக்கு வந்தது. அவரைப் பற்றிப் பேசிக் கொண்டு அவர்கள் இங்கு உட்கார்ந்திருந்தனரே!.... விசித்திரம் தான். அவர்களுக்கும் அவனுக்கும் என்ன சம்பந்தம்? எப்போதும் ரகசியமாகக் குசுகுசு வென்று அவர்கள் எதற்காகப் பேசினார்கள்? அந்தப் பெரிய சிவப்புத் தலையன் பேசியதில் இரண்டொரு வார்த்தைகள்தான் சில சமயம் பாரபாஸ் காதில் விழுந்தன. ரகசியமாகப் பேச அவனால் முடியவில்லை.

எதைப்பற்றி என்ன பேசிக் கொண்டிருந்தார்கள் அவர்கள்? திடீரென்று சிலுவைக் குன்றின் மேல் இருட்டியதுப் பற்றி பேசினார்கள் அவர்கள்? அவர் சாகும் போது இருட்டிற்று என்று பேசிக் கொண்டார்கள்.

கவனித்துக் கேட்டான் அவன், அப்படி உற்றுக்கேட்பதை அவர்கள் கவனித்திருக்கமட்டார்கள். திடீரென்று அவர்கள் மௌனமாகி விட்டார்கள். வெகு நேரம் வார்த்தையே பேசாமல் உட்கார்ந்து கொண்டிருந்தார்கள். ஓரக்கண்ணால் அவனைக் கவனித்துக் கொண்டு உட்கார்ந்திருந்தார்கள். பிறகு அவன் காதில் விழ ஏதோ இரண்டொரு வார்த்தைகள் சொன்னார்கள். சிவப்புத் தலையனிடம் விடை பெற்றுக்கொண்டு அவர்கள் கிளம்பினார்கள். நால்வர் போய்விட்டனர். அந்த நால்வரையும் பார்க்கவே அருவருப்பாக இருந்தது பாரபாஸுக்கு.

பாரபாஸ் மட்டும்தான் இப்போது அந்த சிவப்புத் தலையனுடன் உட்கார்ந்திருந்தான். அவனுடன் பேச்சுக்கொடுக்க அவனுக்கு ஆசைதான். ஆனால் எப்படித் தொடங்குவது என்றுதான் தெரிய வில்லை. உதட்டைப் பிதுக்கிக்கொண்டு, நிமிஷத்திற்கொருதரம் தலையை ஆட்டிக்கொண்டு உட்கார்ந்திருந்தான். அந்த மனிதன் எளிய மனம் படைத்தவனைப்போல, மனக் கவலை எல்லாம் அவன் முகத்தில் பிரதிபலித்தன. பெரிய சரீரத்தை ஆட்டி வைத்தன. கடைசியில் பாரபாஸ் வாய் திறந்து என்ன கவலை என்று கேட்டு விட்டான். பதில் சொல்லாமல், கண்கள் பரக்கத் திறந்து பாரபாஸை நிமிர்ந்து பார்த்தான். அவன் கண்களில் விடை தெரியாத ஒரு புதிர் தெரிந்தது. ஆனால் தன்னை விசாரித்த அந்நியனை ஒரு விநாடி உற்றுப் பார்த்துவிட்டு, அவன் ஜெரூசலத்தைச் சேர்ந்தவனா என்று விசாரித்தான். “இல்லை” என்றான் பாரபாஸ். “ஆனால் உன் பேச்சு ஜெரூசலத்தவன் பேச்சு மாதிரி இருக்கிறதே!” என்றான் சிவப்புத் தலையன். பாரபாஸ் தன் வீடு இங்கிருந்து அதிக தூரத்திலில்லை என்றான். “கிழக்கேயுள்ள மலைகளில் வசிப்பவன் நான்” என்று சொன்னான் பாரபாஸ். இதைக் கேட்டு அந்த மனிதனுக்குத் திருப்தி ஏற்பட்டதுபோல இருந்தது. ஜெரூசலம் ஜனங்களைப் பற்றி அந்த ஆசாமிக்கு மிகவும் அவநம்பிக்கை

போலும் – அதுபற்றித் தன் அவநம்பிக்கையை அவன் மறைத்து வைத்துக்கொள்ளக்கூடத் தயாராக இல்லை. இந்த ஜெரூசலம் ஜனங்களில் அநேகமாக எல்லோருமே குருடர்கள் தான்; அயோக்கியர்கள்தான். பாரபாஸ் புன்சிரிப்புச் சிரித்தான்; “உண்மைதான்” என்றான். அவனைப் பற்றியவரையில்... அவன். ஜெரூசலத்துக்கு வெகு தூரத்துக்கப்பாலிருந்து வந்தவன். வெகுதூரம் – வெகுதூரம் இருந்தது அவன் சொந்த ஊர். அவனுடைய கண்கள். எவ்வளவு தூரம் இருந்தது தன் வீடு என்று அறிவிக்க முயன்றன. ஜெரூசலத்தில் இருக்கவே அவனுக்குப் பிடிக்கவில்லை. தன் ஊருக்குப் போய் விட்டால் தேவலை என்று ரகசியமாகச் சொன்னான் அவன். ஜெரூசலத்தில் இருக்கவே பிடிக்கவில்லை அவனுக்கு. ஆனால் தன் ஊருக்குப்போய் நிம்மதியாகச் சாக முடியும் என்கிற நம்பிக்கையில்லை அவனுக்கு. ஒரு காலத்தில் ஊரை விட்டுக் கிளம்பாமலே இருக்க வேண்டும் என்று அவன்பட்ட ஆசை பாழ்பட்டது. இது ஆச்சரியமாக இருந்தது பாரபாஸூக்கு. ஏன் போகக்கூடாது என்று கேட்டான் அவன். யார் அவனைத் தடுக்க முடியும்? ஒவ்வொருவனும் தன் யசமான்தானே?

”அப்படியல்ல” என்றான் சிந்தனையிலாழ்ந்தவனாக அந்தப் பெரிய உருவத்தவன்.” அது உண்மையல்ல.

”பிடிக்காத ஊரில் அவன் அப்படி என்ன செய்து கொண்டிருந்தான்” என்று பாரபாஸால் விசாரிக்காமல் இருக்க முடியவில்லை. பெரிய உருவத்தவன் குரலில் பதில் எதுவும் சொல்லவில்லை. நிச்சயமில்லாத குரலில் தன் “குருநாதர் காரணமாக அவன் அங்குப் போக வேண்டியிருந்தது” என்றான்.

“குருநாதரா?”

“ஆம். குருநாதரைப் பற்றி அவன் கேள்விப்பட்டதில்லையா?”

“இல்லை.”

“ஓ! நேற்று கொல்கோதா குன்றில் சிலுவையில் உயிர் நீத்தாரே அவர் தான் குருநாதர்.”

“சிலுவையில் அறையப்பட்டாரா? ஏன்? அவரைப் பற்றி அவன் கேள்விப்படவில்லையே!”

“இப்படி நடக்கவேண்டும் என்று முன்கூட்டி விதிக்கப்பட்டிருந்தது.”

“விதிக்கப்பட்டிருந்ததா? அவர் சிலுவையில் இறக்க வேண்டுமென்று விதிக்கப்பட்டிருந்ததா?”

“ஆமாம், உண்மையே? சாஸ்திரங்களில் அதைத்தான் சொல்லி யிருந்தது. தவிரவும் குருநாதரும் அதைத்தான் சொன்னார். தவிர்க்க முடியாதபடி அப்படித்தான் விதிக்கப்பட்டிருந்தது.”

“அப்படியா? சாஸ்திரங்களில் அப்படியா சொல்லியிருக்கிறது? அது பற்றி எனக்கொன்றும் தெரியாது. சாஸ்திரங்களைப் படித் தறிந்தவன் அல்லன்.”

“நானும் சாஸ்திரங்களைப் படித்தறிந்தவன் அல்லன். ஆனால் அப்படித்தான் எழுதியிருக்கிறதாம்!”

பாரபாஸூக்கும் அதுபற்றிச் சந்தேகம் சிறிதும் இல்லை. ஆனால் எதற்காக குருநாதர் சிலுவையில் உயிர் துறக்க வேண்டும்? அதற்கு அர்த்தம் என்று சொல்லும்படியாக என்ன இருந்தது? விசித்திர மாகத்தான் இருந்தது இதெல்லாம்.

“ஆமாம்... விசித்திரமாகத்தான் இருந்தது. அவர் எதற்காக இறக்க வேண்டும் என்றுதான் எனக்குப் புரியவில்லை. அதுவும் இந்த மாதிரிக் கொடுந் தண்டனைக்கெல்லாம் அவர் எதற்காக இறக்க வேண்டும் என்பதும்தான் எனக்கும் தெரியவில்லை. ஆனால் அவர் தீர்க்க தரிசனத்துடன் சொன்னமாதிரி நடக்க வேண்டியதுதான் நடந்தும் விட்டது. விதிக்கப்பட்டபடித்தான் எதுவும் நடக்கும். அடிக்கடி அவர் சொல்வார்–மற்றவர்களுக்காகத் தான் கஷ்டப்பட்டு உயிர் நீத்தேயாக வேண்டும் என்று அவர் அடிக்கடி சொல்வார். எனக்கும் சரிவரப் புரியத்தானில்லை”என்று பெரிய தலையை ஆட்டிக் கொண்டே பெரிய உருவத்தவன் சொன்னான்.

“பாரபாஸ் நிமிர்ந்து அவனைப் பார்த்தான். “நாமாகச் சாவதா?”

“ஆம். நமக்காக நமக்குப் பதில் குற்றம் செய்யாதவர், நம் பாபங்களுக்காகத் தண்டணை ஏற்றுக் கொள்வதால் பாவிகளாகிய நாம் புனிதமானவர்களாகி விடுகிறோம். நாம்தான் குற்றவாளிகள். அவர் குற்றவாளியல்ல என்பதுதானே உண்மை?”

தெருவைப் பார்த்துக் கொண்டு எதுவும் பேசாமல் சிறிது நேரம் உட்கார்ந்து கொண்டிருந்தான் பாரபாஸ். எதுவும் பேசத் தெரியவில்லை அவனுக்கு.

“அவன் சொன்னதன் அர்த்தம் இப்போதுதான் கொஞ்சம் கொஞ்சமாகப் புரிய ஆரம்பிக்கிற மாதிரி இருக்கிறது” என்றான் மற்றவன்.

“அவரை உனக்கு நன்றாகத் தெரியுமா” என்று விசாரித்தான் பாரபாஸ்.

"தெரியும். உண்மையில் நன்றாகவே தெரியும். மேலே அங்கே எங்களுடன் அவர் பேச ஆரம்பித்த முதல் நாளிலிருந்தே அவரை எனக்குப் பூரணமாகவே தெரியும்."

"உங்கள் ஊர்ப் பக்கத்திலிருந்துதான் அவர் இங்கு வந்தாரா?"

"ஆமாம். அவர் போன இடங்களுக்கெல்லாம் அவருடன் நானும் போயிருக்கிறேன்."

"ஏன்?"

"ஏனா? இதென்ன கேள்வி. அவரை உனக்குத் தெரியாது என்பது இந்தக் கேள்வியினாலேயே தெரிகிறது?"

"அப்படியென்றால்....."

"இதோ பார், சொல்லப்போனால் அவருக்கு அலாதியான சக்தியிருந்தது. அசாதாரணமான, முடியாத சக்தி அது! என்னைத் தொடர்ந்துவாவென ஒருவனைப் பார்த்து அவர் சொன்னாரானால், அது அவரைத் தொடர்ந்து போகாமல் இருக்கமுடியாது. எதுவும் சொல்ல முடியாது; செய்ய முடியாது. அப்படிப்பட்ட சக்தி படைத்தவர் அவர். அவரை நேரில் அறிந்திருந்தாயானால் நீயும் அவரை உணர்ந்திருப்பாய். அவரைப் பின்பற்றியிருப்பாய்."

ஒரு நிமிஷம் மௌனமாக இருந்தான் பாரபாஸ். பிறகு சொன்னான்; "ஆம்; அவர் ஒரு அசாதாரணமான மனிதராகத்தான் இருக்க வேண்டும். நீ சொல்வது உண்மையாகவே இருக்கலாம். எனினும் சிலுவையில் அறையப்பட்டு உயிர் நீத்த மனிதருக்குப் பிரத்தியேகமாக சக்திகள் இருந்தன என்று எப்படி ஏற்றுக் கொள்வது?"

"இல்லை, இல்லை. நீ சொல்வது தவறு. முதலில் நான் கூட அப்படித்தான் எண்ணினேன். அதுதான் மிகவும் பயங்கரமாக இருந்தது. அப்படி எல்லாம் எண்ண என்னால் முடிந்ததே என்று எனக்கு இப்போது சிரமமாகத்தான் இருக்கிறது. இப்படி அவர் கொடூரமாக அவமானகரமாக உயிர் நீத்ததன் அர்த்தம் இப்போது எனக்குப் புரிகிறமாதிரி இருக்கிறது. நானாகவே யோசித்தும் பார்த்து விட்டேன் – சாஸ்திரங்களில் அதிகப் பரிச்சயம் உள்ளவர்களுடன் பேசியும் விவாதித்தும் பார்த்துவிட்டேன். விஷயம் இதுதான். குற்றம் செய்யாதவர் அவர்; தவறு செய்யாதவர்; அவர் மகத்தான குற்றத்தின், குற்றவாளிகளின் தண்டனையை ஏற்றுக்கொள்ளவேண்டியதாக இருந்தது. நமக்காக நரகத்துக்கும் செல்ல அவர் தயாராக இருக்க வேண்டியதாக இருந்தது. ஆனால் அவர் திரும்பி வருவார். திரும்பி வந்து தன் புகழையும் பெருமையையும் நிலைநாட்டுவார். இறந்தவர் சாவிலிருந்து திரும்பிவருவார். அதுபற்றி இப்போது எங்களுக்குள் நிச்சயமாகி விட்டது."

"இறந்தவர் மீண்டு வருவாரா? என்ன பைத்தியக்காரத்தனம்?"

“பைத்தியக்காரத்தனம் அல்ல அது. உண்மையில் வருவார் அவர். நாளைக்காலையில் நடக்கும் அது; ஏனென்றால் நாளைக்குத் தான் அவர் இறந்து முன்றாவது நாள் என்று நாங்கள் நம்புகிறோம். நமக்காக அவர் மூன்று நாட்கள் நரகத்தில் வசிப்பவர் என்று அவரே சொல்லியதாகச் சொல்கிறார்கள். அவர் அப்படிச் சொல்லி நான் கேட்டதாக ஞாபகம் இல்லை எனக்கு. நாளைக் காலையில் சூரியோதயத்தில்...”

பாரபாஸ் தோள்பட்டையை உலுக்கினான்.

“உனக்கு நம்பிக்கை வரவில்லை இல்லையா?”

“இல்லை,”

“முடியாது! முடியாது!.... உன்னால் எப்படி நம்பமுடியும்? உனக்கு அவரை நேரில் தெரியாது. எங்களில் பலருக்கு அதில் அசைக்கமுடியாத நம்பிக்கை இருக்கிறது. அவரே ஏன் சாவிலிருந்து மீண்டு வரக்கூடாது? எத்தனையோ பேர் செத்தவர்களை, அவர் பிழைக்க வைத்திருக்கிறாரே!”

“செத்தவனைப் பிழைக்க வைத்திருக்கிறாரா? சாத்தியமே அல்ல அது! நிச்சயமாகச் செய்திருக்கமாட்டார்.”

“செய்தார். அதை நான் என் கண்ணாலேயே பார்த்தேனே!”

“நிஜமாகவா?”

“முற்றிலும் உண்மைதான் அது. அவருக்குச் சக்திகள் மகத்தானவை உண்டு என்பதில் சந்தேகமில்லை. எதுவும் செய்ய அவருக்குச் சக்தியுண்டு. தனக்காக அந்தச் சக்திகளை உபயோகித்துக் கொள்கிற காரியம் மட்டும் அவர் செய்ததில்லை. இவ்வளவு சக்தியுள்ளவர் எதற்காக சிலுவை தாங்கி உயிர்துறக்கச் சம்மதித்தார்! ஆம். ஆம். எனக்கும் தெரியாது. புரிந்து கொள்வது சிரமமாகத்தான் இருக்கிறது. ஒப்புக்கொள்கிறேன். நான் மிகவும் எளியவன். தெரிகிறதா? எனக்கு இதெல்லாம் புரிந்து கொள்வது சிரமமாகத்தான் இருக்கிறது. தெரிகிறதா?”

“அப்படியானால் அவர் மீண்டும் வருவார் என்று நீ நம்பவில்லையா?”

“வருவார், வருவார் என்பதில் எனக்கு நிச்சயமாக நம்பிக்கை இருக்கிறது. சக்தியுடனும் பெருமையுடனும் அவர் வந்து எல்லோருக்கும் காட்சியளிப்பார் என்பதில் எனக்கு நம்பிக்கை பூரணமாக உண்டு. சாஸ்திரங்களைப் பூரணமாக அறிந்தவர்கள் அப்படித்தான் சொல்லுகிறார்கள். அவர்கள் அபிப்பிராயம் எப்படித் தப்பாக இருக்க முடியும்? அது மிகவும் சிறப்பான வினாடி; புதுயுகம் அன்று முதல் தொடங்கும், மனிதனின் மகன் தனது ராஜ்யத்தை அன்றுமுதல்

உலகில் ஸ்தாபிப்பார் என்று சொல்கிறார்கள் அது உண்மையாகவே தான் இருக்கும்."

"மனிதனின் மகனா?"

"ஆம், அப்படித்தான் அவர். தனக்குப் பெயர் சொல்லிக் கொண்டார்."

"மனிதனின் மகனா?"

"ஆம். அவர் அப்படித்தான் சொன்னார். ஆனால் சிலர் நம்புவது என்னவென்றால்... அதை என்னால் சொல்ல இயலாது."

பாரபாஸ் நெருங்கி உட்கார்ந்து கொண்டான். "அவர்கள் என்ன நம்புகிறார்கள்?"

"அவர் கடவுளின் மகன் என்றே சிலர் நம்புகிறார்கள்."

"கடவுளின் மகனா?"

"ஆமாம்... ஆனால் நிஜமாக இராது அது. அது பற்றி எண்ணிப் பார்க்கவே பயமாக இருக்கிறது. அவர் இருந்தபடியே முன் மாதிரியே திரும்பி வந்தாரானால் போதும் என்றுதான் நான் எண்ணுகிறேன்."

பாரபாஸுக்கு உணர்ச்சி மேலிட்டது. "அவர்கள் எப்படி அப்படியெல்லாம் சொல்ல முடியும்?" என்று கத்தினான் அவன். "கடவுளின் மகனா? கடவுளின் மகனாக இருந்தால் அவரை எப்படி யார் சிலுவையில் அறைந்து கொன்றிருக்க முடியும்? அது சாத்தியமான காரியமா?"

"அது உண்மையாக இருக்க முடியாது என்றுதான் நானும் சொன்னேனே! மறுபடியும் வேண்டுமானாலும் சொல்கிறேன் – அது உண்மையாக இருக்கவே முடியாது."

பாரபாஸ் தொடர்ந்து சொன்னான்: "இப்படி நம்புகிறவர்களை எந்தவிதமான பைத்தியக்காரர்கள் என்று சொல்வது?" அவன் கண்ணுக்கடியில் இருந்த தழும்பு ரத்தச் சிவப்பாகச் சிவப்பதுபோல் இருந்தது – விவாதம் எதிலேனும் அவன் முழுமனத்துடன் ஈடுபட்டால் அந்த வடு சிவக்க ஆரம்பித்து விடும். "கடவுளின் மகனா? அவர் கடவுளின் மகனாக எப்படி இருக்கமுடியும்? கடவுளின் மகன் எதற்காக பூலோகத்துக்கு வரவேண்டும். வருவாரா? நம் ஊரிலே பிரசங்கம் செய்வதற்காகக் கடவுளின் மகன் நம்மிடையே வருவாரா, என்ன? என்ன அசட்டு நம்பிக்கை இது?"

"ஓ!... ஏன் கூடாது. அப்படி நடக்கக் கூடாதா என்ன? நம் ஊருக்கு, நம் மக்களிடையே அவர் வரக்கூடாது என்று என்ன நிர்ப்பந்தம்? உலகத்திலுள்ள பிரதேசங்களில் இது மிகவும் தாழ்மை யான, மட்டமான பிரதேசம் தான். ஆனால் உலகில் வருவது என்றால், இங்கு வரக்கூடாது என்று யார் சொல்ல முடியும்?"

உருவத்தில் பெரியவன் மிகவும் உத்ஸாகத்துடன், ஆர்வத்துடன் இப்படிக் கேட்டான். அவன் உணர்ச்சி வேகத்தைக்கண்டு பாரபாஸ் சாதாரணமாகச் சிரித்துத்தான் இருப்பான். ஆனால் அவன் உணர்ச்சிகளின் வேகத்தினால் அவனுக்குச் சிரிப்பு வரவில்லை. தோள்பட்டையிலிருந்து ஆட்டுத் தோல் போர்வை நழுவிவிட்டமாதிரி அதை இழுத்து இழுத்து விட்டுக்கொண்டு உடம்பை முறுக்கிக் கொண்டு, திரும்பித்திரும்பிப் பார்த்துக்கொண்டு உட்கார்ந்திருந்தான் அவன்.

"சிலுவையில் அவர் உயிர் நீத்தபோது நடந்த அதிசயங்களை நீ மறந்து விட்டாயே" என்றான் மற்றவன்.

"என்ன அதிசயங்கள்?"

"அவர் இறக்கும்போது திடீரென்று இருட்டத் தொடங்கியது என்று உனக்குத் தெரியாதா?"

பாரபாஸ் திரும்பித் தெருப்பக்கம் பார்த்தான். ஒரு நிமிஷம் கண்களைக் கைவிரல்களால் துடைத்துக் கொண்டான்.

"அப்போது பூமி அதிர்ந்தது. கொல்கோதா குன்று இரண்டாகப் பிளந்தது. சிலுவை இருந்த இடம் அப்படியே பூமிக்குள் போய் விட்டது."

"அப்படியெல்லாம் ஒன்றும் நடக்கவில்லை. அதெல்லாம் இப்போது நீயாக செய்துகொண்ட கற்பனை. குன்று பிளந்தது என்று உனக்குத் தெரியுமா? நீ அங்கிருந்தாயா?"

திடீரென்று உருவத்தில் பெரியவனின் தோற்றத்தில் ஒரு மாறுதல் ஏற்பட்டது. நிச்சயமற்ற பாவத்துடன் பாரபாஸைப் பார்த் தான் அவன். தரைப் பக்கம் பார்வையைத் தாழ்த்தினான்.

"தெரியாது! தெரியாது! எனக்கு இதெல்லாம் ஒன்றும் நிச்சய மாகத் தெரியாது. அதை நேரில் கண்டதாக நான் சொல்ல முடியாது" என்று திக்கித் தயங்கினான் அவன். வெகுநேரம் அவன் மௌனமாக, ஆழ்ந்த பெருமூச்சு விட்டுக்கொண்டு உட்கார்ந்திருந் தான். கடைசியில் பாரபாஸின் கைமேல் கை வைத்துச் சொன்னான் அவன்:

"இதோ பார்..... என் குருநாதர் சிலுவையில் அவதிப்பட்டு இறக்கும் தருவாயில் நான் அவருடன் இல்லை. அதற்குள் பயந்து ஓடிப்போய் விட்டேன். அவரைத் தவிக்க விட்டுவிட்டு நான் போய்விட்டேன். அதற்கு முன் நான் அவரை எனக்குத் தெரியவே தெரியாது என்று வேறு சாதித்தேன். அதுதான் மிகவும் மோசமான காரியம். அவர் என் குருநாதர் அல்ல என்றே நான் சத்தியம் செய்து விட்டேன். அவர் திரும்பி வந்தால் என்னை எப்படி மன்னிப்பார்?

என்ன பதில் சொல்வேன் நான்? அதைப்பற்றி அவர் என்னைக் கேட்டால், நான் என்ன பதில் சொல்வது?"

பெரிய தாடி அடர்ந்த மூஞ்சியைக் கைகளால் பொத்திக் கொண்டு, அவன் அங்கும் இங்கும் காற்றில் அசைந்தாடுவதுபோல ஆடினான்.

"எப்படி, ஏன் நான் அப்படிச் செய்தேன்? என்னால் எப்படி அந்த மாதிரி நடந்துகொள்ள முடிந்தது..."

நீல நிறக் கண்களின் ஆழத்திலே கண்ணீர் துளிர்த்திருந்தது. முகத்தை விட்டுக் கைகளை அகற்றி விட்டு அவன் நிமிர்ந்து பாரபாஸைப் பார்த்தபோது அவன் கண்களில் நீர் துளிர்த்திருந்தது என்று பாரபாஸ் கண்டான்.

"என்னை என்ன துயரம் வாட்டுகிறது என்று கேட்டாய் நீ? இப்போது தெரிந்ததா உனக்கு? நான் எப்படிப்பட்ட மனிதன் என்று இப்போது தெரிந்து கொண்டாயா நீ? உனக்கு இப்போது தெரிந்ததைவிட என்னை என் குருநாதர், என் கடவுள் நன்கு அறிவார். நான் மிகவும் தாழ்மையான பாவி! மஹா பாவி! என்னை அவர் மன்னிப்பார் என்று கருதுகிறாயா நீ?"

பாரபாஸ் நிச்சயம் மன்னித்துவிடுவார் அவர் என்று தான் நம்புவதாகச் சொன்னான். மற்றவன் சொன்னதில் விசேஷமாக அவன் மனம் ஈடுபடவில்லை எனினும், அவர் மன்னித்துவிடுவார் அவன் பாபத்தை என்று சொல்லி வைத்தான். இதில் பாதிக்கும் காரணம் ஏதாவது சொல்ல வேண்டுமே என்பது. மறு பாதிக்குக் காரணம் தன்னையே குற்றம் சாட்டிக்கொண்டு வருத்தப்பட்ட அந்த மனிதனை அவனுக்கு மிகவும் பிடித்திருந்தது என்பது தான். அவன் தவறு எதுவும் செய்ததாகத் தெரியவில்லை எனினும் ஏதோ குற்றம் செய்துவிட்டவனைப் போலத் தன்னையே குற்றம் சாட்டிக்கொண்டு உட்கார்ந்திருந்தான் அவன். இப்படியோ, அப்படியோ, யாரையாவது எந்தச் சமயத்திலாவது ஏமாற்றாதவன் இந்த உலகில் யார் என்று எண்ணினான் பாரபாஸ்.

அவன் கையைக் கெட்டியாகப் பிடித்துக்கொண்டு சொன்னான் அந்த மனிதன்.

"அப்படியா எண்ணுகிறாய் நீ? என்னை மன்னித்து விடுவாரா அவர்? அப்படியா நிஜமாக எண்ணுகிறாயா நீ?" என்று தடித்த குரலில் மீண்டும் மீண்டும் கேட்டான் அவன்.

அந்த சமயம் ஒரு கோஷ்டியினர் தெருவோடு கும்பலாக நடந்து வந்தனர். சிவப்புத் தலையனான பெரிய உருவம் படைத்த வனையும், அவன் யார் கையைப் பிடித்துக் கொண்டு பேசிக்கொண்டி ருந்தான் என்பதையும் கண்டதும் அவர்கள் திடுக்கிட்டு நின்றார்

நற்றிணை பதிப்பகம் ● 35

கள் – தூக்கிவாரிப் போட்டது. அவர்கள் கண்களையே நம்ப அவர்களுக்கு மனமில்லாததுபோல இருந்தது. அவர்கள் அவசரம் அவசரமாக நெருங்கி வந்து, அழுக்கும் கந்தல்களுமான ஆடையணிந் திருந்த அந்த சிவப்புத் தலையனை மரியாதையாக அணுகி உரக்கக் கேட்டார்கள்.

"அந்த மனிதன் யார் என்று தெரியாதா உங்களுக்கு?" என்று.

"தெரியாது" என்றான் அவன் உண்மையாக. "எனக்குத் தெரியாது. ஆனால் அவன் இரக்கமான மனதுள்ளவன். இருவரும் நல்ல விஷயங்கள் பற்றி பேசிக் கொண்டிருந்தோம்."

"நமது குருநாதர் சிலுவையில் அறையப்பட்டது இவனுக்காக. இவன் ஸ்தானத்தில்தான் என்பது உங்களுக்குத் தெரியாதா?"

பாரபாஸின் கையைத் தன் கையிலிருந்து நழுவவிட்டான் பெரிய உருவத்தவன். கும்பலாக வந்தவர்களின் முகங்களை மாறி மாறிப் பார்த்தான். பாரபாஸின் முகத்தையும் உற்று நோக்கினான். தன் பதட்டத்தை அவனால் மறைத்துக்கொள்ள இயலவில்லை. புதிதாக வந்தவர்கள் தங்கள் அருவருப்பையும் வெறுப்பையும் சந்தேகத்துக் கிடமில்லாமலே காட்டினார்கள். அவர்கள் ஆத்திரத் துடன் பெரிதாக மூச்சு விட்டார்கள்.

பாரபாஸ் எழுந்து நின்றான். முகத்தைச் சுவர் பக்கம் மறைத்துக் கொண்டு நின்றான்.

கோபமாக அவர்கள் அவனிடம் சொன்னார்கள்: "இங்கிருந்து ஓடிவிடு – காலிப் பயலே – கொள்ளைக்காரனே!" என்று.

தன் ஆட்டுத் தோல் போர்வையை இழுத்து விட்டுக்கொண்டு பாரபாஸ் திரும்பிப் பார்க்காமல் தெருவோடு நடந்து சென்றான்.

பிளந்த உதடுள்ள அந்தப் பெண்ணால் அன்றிரவு தூங்கமுடிய வில்லை. வானத்தை நக்ஷத்திரங்களைப் பார்த்துக் கொண்டே நடக்கப் போவதைப் பற்றிச் சிந்தித்துக் கொண்டு படுத்திருந்தாள். இன்றிரவு தூங்க விரும்பவில்லை. இரவு பூராவும் கண் விழித்துக் காத்திருக்க விரும்பினாள் அவள்.

காணி வாசல் பக்கத்தில் சில சுள்ளிகளையும் வைக்கோலையும் பரப்பி அதன்மேல் படுத்திருந்தாள் அவள். சுற்றிலும் வியாதியஸ்தர்கள் படுத்து முனகிக் கொண்டிருப்பது அவள் காதில் விழுந்தது. தூக்கத்திலும் அமைதியற்றவர்களாக அவர்கள் புரண்டு புரண்டு படுத்தார்கள். குஷ்டரோகிகள் அணிந்திருந்த மணிகள் 'கண கண'வென்று ஒலித்தன. வலி தாங்காமல் அவர்களில் சிலர் இரவிலும் தூங்க மாட்டாமல் அங்கும் இங்கும் குறுநடை நடந்து கொண்டிருந்தனர். பெரிய பெரிய குப்பை மேடுகளின் துர்நாற்றம் வானம் வரையில் வியாபித்து எங்கும் பரவியிருந்தது. அந்த நாற்றம்

அவளுக்குப் பழகிவிட்ட நாற்றம். அதை அவள் தனியாகக் கவனித்தாள் என்று சொல்ல முடியாது. இங்கு யாரும் அதைக் கவனிப்பது கிடையாது.

நாளை காலை உதயத்தில்... உதயத்தில் நாளைக்கு....

எவ்வளவு விசித்திரமான சிந்தனை அது? அதிசீக்கிரமே வியாதியஸ்தர்கள் எல்லோரும் குணப்பட்டு விடுவார்கள். பட்டினி கிடப்பவர்கள் எல்லோருக்கும் இனி வயிறு நிரம்ப உணவு கிடைக்கும். அதை நம்புவதே சிரமமாக இருந்ததே! எப்படி நடக்கும் அது? சீக்கிரமே சொர்க்கம் பூலோகத்தில் வர இருந்தது. தேவதைகள் வந்து எல்லோருக்கும் உணவு தருவார்கள் – ஏழைகள் எல்லோருக்கும் போதிய உணவு தருவார்கள். பணக்காரர்கள் எப்போதும் போல அவர்கள் வீட்டிலேயே சௌகரியமாகச் சாப்பிடுவார்கள். ஆனால் ஏழைகள் எல்லோரும் பட்டினியால் பரிதவிப்பார்கள். தேவதைகள் வந்து தரும் உணவை அருந்துவார்கள். இங்குக் காணி வாசலண்டை வெள்ளைத் துணிகள் விரித்து அதில் ருசியான உண்வுப் பண்டங்கள் பரப்பப்பட்டிருக்கும். யாருக்கு இஷ்டமோ அவர்கள் வந்து வேண்டிய மட்டும் உணவருந்தலாம். இப்போதிருப்பதைப்போல இராது இனிமேல் என்று நம்பிவிட்டால், இதெல்லாம் நடக்காது என்று எண்ணத் தோன்றாது. முன்னர் கண்டது, அனுபவித்தது, இறந்தது போல எதுவும் இனி இராது என்பது நிச்சயம்.

அவளுக்குக் கூட வேறு புது உடைகள் கிடைக்கலாம் – யார் நிச்சயமாகச் சொல்ல முடியும்? வெள்ளை ஆடைகளாகக் கிடைத்தாலும் கிடைக்கலாம்! அல்லது நீல நிறப்பாவாடைதான் கிடைக்குமோ. அவர்களுக்கு எல்லாம் மாறிவிடும். கடவுளின் மகன் இறந்து மீண்டும் எழுந்து விட்ட காரணத்தினால் உலகமே வெகுவாக மாறிவிடும். புதுயுகம் பிறந்துவிடும் நாளை உதயமுதல்.

அதெல்லாம் பற்றிச் சிந்தித்துக்கொண்டே அவள் படுத்திருந்தாள். எப்படியிருக்கும் புது நாள் என்று கற்பனை செய்துகொண்டு படுத்திருந்தாள்.

நாளை... நாளை உதயத்தில்... அதெல்லாம்பற்றிக் கேள்விப்பட்டதுபற்றி அவளுக்குப் பரமானந்தம்!

குஷ்டரோகியின் மணிகள் அருகில் ஒலித்தன. அந்த மணிகளின் சப்தம் அவளுக்கு நன்கு தெரிந்த சப்தம்தான். இரவில் இப்படி வரக்கூடாது என்று தடுக்கப்பட்டிருந்தும் கூட அவன் வருவான் என்பதை அறிவாள் அவள். குஷ்டரோகிகளின் பட்டியில், குன்றின் அடிவாரத்தில் அவர்களை எல்லாம் அடைத்துப்போட்டு இருந்தார்கள். பட்டியைவிட்டு அவர்கள் வெளியேறக் கூடாது என்றுதான் உத்தரவு. ஆனால் இரவு நேரத்தில் அவன் அதிகாரிகளின் உத்தரவை

நற்றிணை பதிப்பகம் ● 37

மீறித் தைரியமாகத் துணிந்து வெளியேறி வருவான். யாராவது மனிதர்களுடன் பழகவேண்டும் என்கிற ஆசை போலும் அவனுக்கு. மனிதர்களுடன் பழகவேண்டும் என்ற ஆசையால் வருவதாக அவன் ஒரு தரம் சொன்னான். நக்ஷத்திர ஒளியில் படுத்திருந்தவர்களுக் கிடையில் ஜாக்கிரதையாக அவன் நடந்து வருவது தெரிந்தது அவளுக்கு.

செத்தவர்களின் உலகம்... அது எப்படியிருக்கும்? செத்தவர்களின் உலகத்திலே அவர் இப்போது நடமாடிக் கொண்டிருப்பார். என்று சொல்லிக் கொண்டிருந்தார்கள்... செத்தவர்கள் உலகம் எப்படி இருக்கும்? அதுபற்றி அவளுக்கு எதுவும் தெரியாது.

கிழட்டுக் குருடன் தூக்கத்திலே முனகினான். சிறிது தூரத்திற்கப் பால் மெலிந்த வாலிபன் பெருமூச்சு விட்டுக்கொண்டு கிடந்தான். அவன் மூச்சு விடுவது எப்போதும் காதில் விழும். அவனுக்கருகில் படுத்திருந்தவள் கலிலியிலிருந்து வந்த அந்த ஸ்திரீ; அவள் கை எப்போதும் துடித்துக்கொண்டிருந்தது, வேறு யாருடைய ஆவியோ அவளைப் பிடித்து ஆட்டிவைத்துக் கொண்டிருந்தது. ஆற்றுச் சேற்றை எடுத்துப் பூசிக்கொண்டால் உடம்பு சரியாய்விடும் என்று எண்ணியவர்கள் பலர் அவளைச் சுற்றி இருந்தார்கள். குப்பை மேடுகளில் கிடந்த சாமான்களைத்தின்று வயிறு வளர்த்தவர்கள் பலர் அங்கிருந்தார்கள். ஆனால் நாளைமுதல் குப்பை மேட்டில் யாரும் கிடந்து உழல வேண்டியஅவசியம் இராது. தூக்கத்தில் முறுக்கிக்கொண்டு கிடந்த அவர்களைப்பற்றி இனி அவள் துயருற வேண்டிய அவசியமில்லை. நாளைமுதல் எல்லாம் சரிப்பட்டு விடும்.

தேவதை ஒன்றின் மூச்சுக் காற்றினால் ஆற்று ஜலம் பரிசுத்த மாக்கப்பட்டாலும் ஆய்விடலாம்! அதிசயமான ஒரு நிகழ்ச்சியினால், அந்த ஆற்று ஜலத்தை உபயோகிப்பவர்கள் எல்லோரும் நோய்நொடி நீங்கி முழு மனிதர்கள் ஆய்விட்டாலும் விடலாம். ஆனால் நோயாளிகளை ஆற்று ஜலத்தை உபயோகிக்க அனுமதிப்பார்களோ, அனுமதிக்க மாட்டார்களோ? அனுமதிப்பார்களா? எப்படி யிருக்குமோ இனி எல்லாம்?.... உண்மையில் யாருக்கும் எதுவும் நிச்சயமாகத் தெரியாது.

ஆற்று ஜலம் மாறாமல் இருந்தாலும் இருந்துவிடலாம்! அதைப் பற்றி யாரும் கவலைப்பட மாட்டார்களோ என்னமோ! ஆற்று ஜலம், ஊற்று ஜலம், எதையும் பற்றிக் கவலைப்படாமல், தேவதைகள் ஆகாயத்தில் பறந்து பறந்து போய் நோயாளிகளை எல்லாம் சொஸ்தப்படுத்துகிற காரியத்தில் ஈடுபடுவார்களோ? நோய், நொடி, துயரம், துரதிருஷ்டம் எல்லாம் அந்தத் தேவதைகளின் முன் பறந்தோடிவிடாதோ?

இப்படி நடந்தாலும் நடக்கலாம் என்று எண்ணம் கொண்டு படுத்திருந்தாள் அவள்.

பிறகு கடவுளின் மகனைத் தான் சந்தித்த சந்தர்ப்பத்தைப் பற்றி நினைத்துக்கொண்டே படுத்திருந்தாள் அவள். தன்னிடம் அவர் எவ்வளவு இரக்கமும் கருணையும் காட்டினார் என்று சிந்தித்துப் பார்த்தாள்! அவ்வளவு கருணையுடன் என்று அவளிடம் யாரும் நடந்துகொண்டது கிடையாது. தன்னுடைய மேலுதட்டைச் சரிப்படுத்தச் சொல்லி அவள் அவரைக் கேட்க அவளுக்கு மனமு மில்லை. அதை விரும்பவில்லை அவள். அவரால் அதைச் சரிப் படுத்தியிருக்க முடியும் – அதுபற்றி அவளுக்குச் சந்தேகமேயில்லை. உதவி நாடி வந்தவர்கள் யாருக்கும் அவர் உதவத்தயாராகவே இருந்தார். மிகவும் பிரம்மாண்டமான காரியங்களையும் மிகவும் லகுவாகச் சாதித்துவிடுகிறவர் அவர். இவ்வளவு சின்ன காரியத்தை செய்யச் சொல்லி அவள் அவரைக் கேட்க விரும்பவில்லை.

ஆனால் அது அதிசயம்தான். அதிசயம்தான். தெருப்புழுதியிலே தெருவோரத்திலே அவள் மண்டியிட்டிருந்தாள். அவர் தாண்டிப் போனவர் திரும்பி அவளை அணுகி வந்தார்.

"நீயும் என்னிடமிருந்து அதிசயங்களை எதிர்பார்க்கிறாயா?" என்று கேட்டார்.

"பிரபுவே... இல்லை. நான் அதிசயங்களை எதிர்பார்க்கவில்லை. நீங்கள் போகும்போது பார்க்கவேண்டும் என்று காத்திருந்தேன்."

கனிவுடனும், துயரத்துடனும் அவளைப் பார்த்தார் அவர். அவள் கன்னத்தை இரண்டு விரல்களால் தட்டினார். பிளவுபட்ட மேலுதட்டைத் தொட்டார். அது மாறவில்லை எப்படியும். பிறகு அவர் சொன்னார்; "நீ எனக்குச் சாட்சி சொல்லும் காலம் வரும்".

அதிசயம்தான்! அவர் கொள்கைக்கு அர்த்தம் என்ன? சாட்சி சொல்ல வேண்டுமா? அவளா? நம்பும்படியாக இல்லையே! எப்படி அவள் அவருக்கு சாட்சி சொல்ல முடியும்?

அவள் பேசினால் மற்றவர்களுக்குச் சுலபத்தில் புரிந்துவிடாது. ஆனால் அவருக்கு அவள் பேசியது சற்றும் சிரமமில்லாமலே புரிந்துவிட்டது. உடனேயே அவள் சொன்னதைப் புரிந்து கொண்டு விட்டார். ஆனால் அதில் ஆச்சரியம் என்ன? கடவுளின் மகனுக்கு எதுதான் சாத்தியமில்லை.

அங்கு அவள் படுத்திருக்கும்போது எத்தனையோ விதமான சிந்தனைகள் அவள் மனத்தில் எழுந்தன. அவர் அவளோடு பேசியபோதிருந்த கண்களின் பாவம் குரலில் – தொனித்த கருணை – வாயைத் தொட்ட கைகளின் வாசனை – எல்லாம் ஞாபகம் வந்தன. திறந்திருந்த அவள் கண்களில் வானத்து நட்சத்திரங்கள் பிரதி

பலித்தன. பார்க்கப் பார்க்க வானத்தில் நட்சத்திரங்கள் எண்ணிக்கை அதிகமாக இருப்பதுபோலத் தோன்றியது அவளுக்கு. வீட்டிற்குள் வசிக்கிற காரியத்துக்கு முடிவு ஏற்பட்டபின் வானத்துச் சுடர்கள் அவளுக்கு நெருங்கிய நண்பர்களாகிவிட்ட மாதிரித் தோன்றியது. ஆனால் வானத்துச் சுடர்கள் என்றால் என்ன? அவளுக்குத் தெரியாது. கடவுளின் சிருஷ்டிகள்தான் அவையும். ஆனால் அவை எதனால் ஆனவை என்று அவளுக்குத் தெரியாது. பாலைவனத்தில் எப்போதுமே நட்சத்திரங்களின் எண்ணிக்கை அதிகரிப்பது போல இருந்தது. மலைகளின் மேலிருந்து பார்த்தாலும் நட்சத்திரங்கள் அதிகமாக இருந்தனபோலத் தான் தோன்றிற்று. தில்கால் மலைகளி லிருந்து பார்த்தால் அதிக நட்சத்திரங்கள் தெரியலாம். ஆனால் அன்றிரவல்ல –அந்த இருட்டில் ஒரு நட்சத்திரம்கூடத் தெரியவில்லை.

இரண்டு செடார் மரங்களுக்கிடையில் இருந்த வீட்டைப்பற்றி எண்ணிப் பார்த்தாள் அவள். தவிர்க்க முடியாத சாபத்துடன் பொற்குன்றின் சரிவிலே இறங்கிப் போவதைப் பார்த்துக்கொண்டு அவள் தாயார் நின்றாள். தவிர்க்க முடியாத சாபத்துடன் அவள் நோய்வாய்ப்பட்டு விட்டாள்.

ஆமாம் அவர்கள் வேறு என்ன செய்ய முடியும்? அவளை வீட்டை விட்டு வெளியேற்றி விட்டார்கள். அவள் மிருகங்களுடன் ஒரு மிருகமாக வளர்ந்துவர வேண்டியதாக இருந்தாள். காட்டு மிருகங்களுக்கிடையே ஒரு மிருகமாக அவள் இருந்தாள். அந்த வசந்த காலத்தில் வயல்களெல்லாம் எப்படி பசுமையாக இருந்தன என்பது அவளுக்கு நன்கு ஞாபகத்திலிருந்தது. தாயார் அன்று வாசற்படிக்கு அப்பால் இருட்டில் ரேழியில் நின்றாள். தெருவில் பெண்ணைச் சபித்தவன் நின்று கொண்டிருந்தான். அவன் கண்ணில் படாதிருப்பதற்காக அவள் தாயார் ஒதுங்கி இருட்டில் நின்றாள்.

இப்பொழுது அதெல்லாம் முக்கியமல்ல. எதுவுமே இப்போது முக்கியமல்ல என்றுதான் சொல்லவேண்டும்.

குருடன் இதற்குள் எழுந்து உட்கார்ந்துகொண்டான். உற்றுக் கேட்டான், குஷ்டரோகியின் மணிச்சப்தம் அவன் காதில் விழுந்தது.

இருட்டில் முட்டியை மடக்கிக் காட்டிக்கொண்டு கத்தினான் குருடன். "போ! போ! போய்த்தொலை! இங்கே என்ன வேலை உனக்கு. போ!"

இரவில் மணிகளின் சப்தம் அகன்று நகர்ந்தது. தூரப்போய் அந்தச் சப்தம் தேய்ந்தபின் தான் மீண்டும் முணுமுணுத்துக்கொண்டே, மூடிய கண்களை முழங்கையால் மூடிக் கொண்டு படுத்தான்.

செத்துவிட்ட குழந்தைகளும்கூடச் செத்தவர்கள் உலகத்தில்தான் நடமாடுகின்றனவா? ஆமாம்! ஆனால் பிறக்கு முன் சாகிற குழந்தை கள் செத்தவர் உலகத்துக்குப் போகாது என்று எண்ணினாள் அவள்.

அது சத்தியமில்லை, இல்லையா? நரகத்தில் அந்தக் குழந்தைகள் அவஸ்தைப்படாது என்றுதான் எண்ணினாள் அவள். அவற்றை அப்படி அவஸ்தைப்படக் கடவுள் விடமாட்டார். ஆனால் அதுபற்றி அவளுக்கு அப்படி ஒன்றும் நிச்சயமாகத் தெரியாதுதான். எதைப் பற்றித் தான் நிச்சயமாக அவளுக்கென்ன தெரியும். 'உன் வயிற்றில் பிறப்பையும் சபிக்கிறேன். சபிக்கிறேன். பிடி சாபம்...!'

ஆனால் புதுயுகம் பிறந்ததும் சாபங்கள் எல்லாம் சக்தியிழந்து விடும். அப்படித்தானே இருக்கவேண்டும்? அது தான் நல்லது. ஆனால் அது பற்றிமட்டும் நிச்சயமாக எப்படிச் சொல்ல முடியும்?

உன் வயிற்றில் பிறப்பதையும் சபிக்கிறேன்....!

குளிரால் நடுங்குவது போல அவளுக்கு ஒரு தரம் நடுங்கிற்று. உதயம் எப்போது வரும் ஏங்கினாள் அவள். உதயம் சீக்கிரமே வராதா? எவ்வளவு நேரமாக அவள் அங்கு படுத்திருக்கிறாள்! இரவு ஒரு வழியாக முடிந்திருக்கவேண்டும்! ஆமாம். வானத்துச் சுடர்கள் வெளிரிட்டு ஒளிமங்கத் தொடங்கி விட்டன. வளர்மதிக் கீற்று வெகு நேரத்துக்கு முன்னரே குன்றுகளுக்குப் பின்னால் மறைந்து விட்டது. கடைசித் தடவையாகக் காவலாளிகள் கூட மாற்றப்பட்டுப் போய்விட்டனர். நகரத்துச் சுவர்களின் மூன்று தடவைகள் தீவட்டி வெளிச்சம் தெரிந்து மறைந்தது என்று ஞாபகம் வந்தது அவளுக்கு. ஆம். இரவு முடிந்துகொண்டுதான் இருக்க வேண்டும். இதுதான் பழைய உலகத்தின் கடைசி இரவு!

ஆலிவ் குன்றின் மேலே விடி வெள்ளி முளைத்துக் கொண்டி ருந்தது. உடனேயே அதைத் தெரிந்துகொண்டு விட்டாள் அவள். தெளிவாகவும் பெரிதாகவும் இருந்தது அந்த வெள்ளி. மற்ற நட்சத்திரங்களைவிடப் பெரிதாகவும் ஒளி கூடியதாகவும் இருந்தது அது. இந்த மாதிரிப் பிரகாசமாக அது வேறு என்றும் பிரகாசித்த தில்லை என்று எண்ணினாள் அவள். சுருங்கிய ஸ்தனங்களின் மேல் கைகளை மடித்து அழுத்திக்கொண்டு, விடி வெள்ளியைப் பார்த்துக்கொண்டே சிறிதுநேரம் படுத்திருந்தாள் அவள். கண்கள் ஜ்வலித்தன.

பிறகு அவசரம் அவசரமாக எழுந்து இருட்டிலே கிளம்பினாள்.

பாதையின் எதிர்ப்புறத்திலே, டாமரிஸ்க் புதருக்குப் பின்னால் அவன் ஒண்டிக்கொண்டு கிடந்தான், எதிரே தெரிந்தது அந்தக் கல்லறை. வெளிச்சம் தோன்றியதும் அதை அவன் நன்கு காண முடியும். அங்கிருந்தபடியே அங்கு நடப்பதையெல்லாம் அவன் கண்காணிக்க இயலும். செத்தவர் மட்டும் பிழைத்து எழுவாரா னால்...!

உண்மைதான்! செத்தவர் மீண்டும் பிழைத்தெழுவது நடக்காத காரியம்தான். ஆனால் அந்த நடக்காத காரியம் உண்மையில் நடக்கவில்லை என்று அவன் தன் கண்களாலேயே காணவிரும்பி னான், சூரியோதயத்திற்கு வெகு நேரம் இருக்கும்போதே அதிகாலை யிலேயே எழுந்து அவன் அங்கு வந்துவிட்டான். ரகசியமாகப் புதருக்குப் பின் ஒளிந்துகொண்டு பார்க்கத் தயாராக இருந்தான். இப்படியெல்லாம் தான் செய்வது அவனுக்கு அதிசயமாகத்தான் இருந்தது. இங்கு அவன் எதற்காக இந்த நேரத்தில் காத்திருக்க வேண்டும்? இதைப்பற்றி அவன் தன் மண்டையை உடைத்துக் கொள்வானேன்? அவனுக்கும் அதற்கும் என்ன சம்பந்தம்?

அந்த பெரிய அதிசயத்தைக் காண அங்கு வந்து பலர் கூடியிருப்பார்கள் என்று எண்ணினான் அவன். அவர்கள் கண்ணில் படாதிருப்பதற்காகவே அவன் அப்படிப் பதுங்கிக் கொண்டிருந்தான். ஆனால் இங்கே வேறு யாரையும் காணவில்லை. அதுவே அதிசய மாகத்தான் இருந்தது.

ஆனால் இப்போது இந்த மங்கிய வெளிச்சத்தில், நடுப்பாதை யிலே யாரோ ஒரு உருவம் மண்டியிட்டுக் காத்திருந்தது. அவனுக்குத் தெரிந்தது. யாராக இருக்க முடியும்! எப்படி நேர்ந்தது அது! யாரும் வந்ததை அவன் கவனிக்கவில்லையே! யாரோ ஒரு ஸ்திரீ மாதிரி இருந்தது. மண்ணிலே மண்ணாலான உருவம் போல மண்டியிட்ட அந்த உருவத்தை மனித உருவம் என்று நிர்ணயிப்பதே சிரமமாகத் தான் இருந்தது.

இப்போது வெளிச்சமாகிக் கொண்டிருந்தது. சீக்கிரமே சூரியனின் கிரணங்களை அந்தக் கல்லறையை மூடியிருந்த பாறாங் கல்லைத் தொட்டன. அதை அவன் சரியாகப் பார்ப்பதற்கு முன், அவசரம் அவசரமாக ஏதோ நிகழ்ந்து விட்டமாதிரி இருந்தது. ரொம்பவும் உன்னிப்பாகக் கவனித்துக்கொண்டிருக்க வேண்டிய சந்தர்ப்பத்திலே அவன் அசந்துவிட்ட மாதிரி இருந்தது. கல்லறை காலியாக இருந்தது! அதை மூடியிருந்த பாறாங்கல் உருட்டி அப்பால் தள்ளப்பட்டிருந்தது! கல்லறைக்குள் சடலம் எதுவுமில்லை.

ஆச்சரியத்தால் ஸ்தம்பித்துப் போனான் அவன். அந்தக் கல்லறையிலே அந்த உடலை வைத்துக் கல்லைப்புரட்டி மூடியதை அவன் தன் கண்களினாலேயே பார்த்தானே! சிலுவையில் அறையப் பட்டு உயிர் துறந்த மனிதனின் உடல் அதில்தான் அடக்கம் செய்யப் பட்டிருந்தது. ஆனால் உடனேயே நடந்ததென்ன என்று புரிந்து விட்டது அவனுக்கு. எதுவும் நடக்கவில்லை என்பதுதான் உண்மை. ரொம்ப நேரத்துக்கு முன்னரே கல்லறையை மூடியிருந்த கல் அகற்றப் பட்டுவிட்டது... அவன் அங்கு வருமுன்பே நடந்து விட்ட காரியம் அது. கல்லறை அப்போதே காலி செய்யப்பட்டுவிட்டது. மூடியிருந்த

கல்லை அகற்றி, அந்தச் சடலத்தையும் அப்புறப் படுத்தியவர்கள் யார் என்று அனுமானிப்பது சிரமமான காரியம் அல்ல. இரவில் அவருடைய சிஷ்யர்கள் வந்து நடத்தியிருக்க வேண்டும் அந்தக் காரியத்தை, இருட்டிலே உடலை அப்புறப்படுத்திவிட்டு, தான் சொன்னமாதிரி அந்த தீர்க்கதரிசி செத்த பின் உயிர் பெற்று எழுந்தார் என்று சொல்வதற்காக அப்படி அவர் சிஷ்யர்கள் செய்து விட்டார்கள் என்று பாரபாஸ் அனுமானித்துக் கொண்டான். தங்களுடைய மரியாதைக்கும் மதிப்புக்கும் உரிய குருநாதரின் வார்த்தையைக் காப்பாற்றுவதற்காக சிஷ்யர் இப்படிச் செய்திருக்கிறார்கள் என்று எண்ணினான் அவன். இதைச் சுலபமாகவே ஊகித்துக்கொள்ள முடிந்தது அவனுக்கு.

அதனால்தான் அந்த சிஷ்யர்களில் யாரையும் இங்கு இப்போது காண முடியவில்லை என்று தோன்றிற்று. அதிகாலையில் அதிசயம் நிகழப்போகிறது என்று நம்பினால் அவர்கள் வந்து அவனைப்போலக் காத்திருந்திருக்க மாட்டார்களா? நடந்த அதிசயத்தை அவர்கள் அறிவார்கள்! அதனால்தான் அவர்களில் யாரையும் அங்கு காண வில்லை? ஒதுங்கிப் போய்விட்டார்கள் அவர்கள்.

தன் மறைவிடத்திலிருந்து வெளிப்பட்டுக் கல்லறையை சரிவரப் பரிசோதித்துப் பார்ப்பது என்று கிளம்பினான் பாரபாஸ். நடுப்பாதையில் மண்டியிட்டிருந்த உருவத்தைத் தாண்டும்போது குனிந்து பார்த்தான். பிளந்த மேலுதட்டுக்காரிதான் அவள் என்று கண்டு ஆச்சரியத்தில் ஆழ்ந்தான் அவன். மேலே செல்லாமல் தயங்கி நின்றான். அவளையே குனிந்து பார்த்துக் கொண்டு சிறிது நேரம் நின்றான். வெளிரிட்டு மெலிந்த அவள் முகம் ஒரு பரவசமான பாவத்தைக் காட்டியது. காலிக் கல்லறைப் பக்கம் திரும்பிக் குத்திட்டு நிலைத்திருந்த அவள் கண்கள் வேறு எதையுமே காணவில்லை என்றுதான் சொல்ல வேண்டும். அவள் உதடுகள் மலர்ந்திருந்தன. ஆனால் அவள் மூச்சுவிட்டதாகவே தெரியவில்லை. மேலுதட்டுப் பிரிவில் ரத்தமில்லாமல் வெளிரிட்டுத் தெரிந்தது வடு. அவனை அவள் பார்க்கவேயில்லை.

அவளை இந்நிலையில் கண்டதும் அவனுக்கு விசித்திரமான ஒரு உணர்ச்சி தோன்றியது. அவன் வெட்கப்படுகிற மாதிரி ஒரு உணர்ச்சியை உணர்ந்தான். வேறு ஏதோ ஒரு ஞாபகம் வந்தது–அந்த ஞாபகத்தை அவன் ஒதுக்க முயன்றான் எனினும், அந்த ஞாபகம் அவன் மனத்தை விட்டு இப்போது அகல மறுத்தது. அப்போது, அந்த சமயத்தில் அவள் முகம் இப்படித்தான் இருந்தது. அப்போது... அந்த சமயத்திலும் அவனுக்கு வெட்கம் என்று சொல்லும்படியான

ஒரு உணர்ச்சிதான் ஏற்பட்டது–இந்த உணர்ச்சியை விட்டு மீறி வெளியேறி வர அவன் தன்னையே ஒரு உலுக்கு உலுக்கிக் கொண்டான்.

கடைசியில் அவன் அங்கிருப்பதை அவள் கவனித்து விட்டாள். இந்த சந்திப்பு அவளுக்கும் ஆச்சரியத்தைத் தருகிற மாதிரித்தான் இருந்தது. அவன் எதற்காக இங்கு வந்திருக்கிறான் என்று ஆச்சரியப் படுகிற மாதிரி இருந்தது. அதைப்பற்றி ஆச்சரியம் எதுவுமில்லை– அவளுக்கு அது புரியாத விஷயமாகத் தான் இருந்தது. இங்கு அவனுக்கென்ன வேலை? எது நடந்தால் அவனுக்கென்ன?

ஏதோ பாதையோடு அகஸ்மாத்தாக நடந்து வந்தவன் போலப் பாசாங்கு செய்யவே பாரபாஸ் விரும்பினான். தற்செயலாக அங்கு வந்தமாதிரியும், அது எப்படிப்பட்ட இடம், என்ன இடம் என்று அறியாதவன் போலவும் நடிக்க விரும்பினான். இங்கு ஒரு கல்லறை இருப்பதே தனக்குத் தெரியாததுமாதிரி நடந்து கொள்ளத்தான் அவன் விரும்பினன். அப்படிப் பாசாங்கு செய்ய முடியுமா? பாசாங்கு செய்தால் பலிக்குமா? ஏதோ ஏமாற்று, புரட்டு என்றுதான் அவள் எண்ணுவாள். அவன் நடிப்பை அவள் நம்பவே மாட்டாள். இருந்தாலும் அவன் கேட்டான்–“இங்கு எதற்காக இப்படி மண்டி போட்டுக் கொண்டிருக்கிறாய்?”

பிளவுபட்ட மேலுதட்டுக்காரி நிமிர்ந்து அவனைப் பார்க்கவு மில்லை, அவனுக்குப் பதிலும் சொல்லவில்லை. கல்லறையைப் பார்த்துக்கொண்டே அவள் மண்டியிட்டபடியே இருந்தாள். தனக்குத்தானே அவள் முணுமுணுத்துக்கொண்ட வார்த்தைகளை அவன் சற்றுக் கவனித்துக் கேட்டுத்தான் அறிந்துகொள்ள வேண்டி யதாக இருந்தது.

“கடவுளின் மகன் உயிர்பெற்று எழுந்துவிட்டார்!”

இப்படி அவள் இதைச் சொன்னதைக் கேட்ட அவனுக்கு ஒரு விசித்திரமான உணர்ச்சி தோன்றிற்று. தன்னிஷ்டமில்லாமலே அவன் மனத்தில் ஒரு பக்தி பாவம் ஏற்பட்டது–ஏன் எதனால் என்று அவனால் புரிந்து கொள்ளமுடியவில்லை. என்ன சொல்வது, என்ன செய்வது என்றறியாமல் சிறிது நேரம் அப்படியே நின்றான். பிறகு அவன் கல்லறையண்டைபோய், முதலில் நினைத்தபடி, அதைச் சுற்றிச் சுற்றி வந்துபரிசோதித்துப் பார்த்தான். அது காலியாகத்தான் இருந்தது. அது அவன் எதிர்பார்த்த விஷயம்தானே? அதை எப்படி எதற்குச் சாதகமாகச் சொல்ல முடியும்? பிறகு மீண்டும் அவள் மண்டியிட்டிருந்த இடத்துக்கு வந்தான். அவள் முகத்திலே பக்தியும் பரவசமும் படர்ந்திருந்தன. அவளைப் பார்த்தாலே பரிதாபமாக இருந்தது அவனுக்கு. அவள் ஆனந்தத்துக்கு காரணமாக இந்த

விஷயத்திலே உண்மையென்பது சிறிதும் இல்லை. இந்த அதிசய எழுச்சியைப்பற்றிய உண்மையை அவன் அவளுக்குச் சுலபமாக எடுத்துச் சொல்லியிருக்க முடியும். ஆனால் அவளுக்கு ஏற்கெனவே அவன் போதிய தீங்கிழைத்துவிட்டான். மேலும் தீங்கிழைப்பனேன்? உண்மையை அவளுக்கு எடுத்துச் சொல்ல அவனுக்கு மனம் வரவில்லை. ஜாக்கிரதையாக அவளுடன் பேச்சுக் கொடுத்தான். எப்படி இது நடந்தது? இறந்தவர் எழுந்தது எப்படி? அன்று அவளைக் கேட்டான்.

ஆச்சரியத்துடன் அவள் அவனை நிமிர்ந்து பார்த்தாள். அவனுக்குத் தெரியாதா? ஆனால் உடனேயே தெளிவில்லாத அவள் குரலில் அது எப்படி நடந்தது என்பதை ஒரு பக்தி பரவசத்துடன் அவள் அவனுக்குச் சொல்லத் தொடங்கினாள். தீப்போர்வை போர்த்தியிருந்த ஒரு தேவதை வானத்திலிருந்து வேகமாகப் பறந்து வந்து ஈட்டிபோல நீண்ட கையால் கல்லறையை மூடியிருந்த கல்லை உருட்டித்தள்ளிற்று. மிகவும் சுலபமாக நடந்த காரியம் அது. எனினும் மகத்தானதோர் அதிசயம்தான். அப்படி நடந்தது அது. அவன் பார்க்கவில்லையா அதை?

பாரபாஸ் குனிந்து அவளைப் பார்த்துக்கொண்டே, தான் பார்க்கவில்லை என்றான். அப்படி எதுவும் நடக்காதது பற்றித் தமக்குத் சந்தோஷமே என்று தனக்குள் சொல்லிக்கொண்டான். மற்ற சாதாரண மனிதர்களின் கண்கள் போல அவன் நன்றாக கண்டன; அவற்றில் எவ்விதக் கோளாறுமில்லை. அவன் கண்களில் இப்போது அதிசயங்கள் படிவதில்லை; சாதாரண விஷயங்கள்தான் பட்டன. உண்மையைத் தவிர தன் கண்ணில் வேறு எதுவும் படவில்லை என்பதுபற்றி அவன் சந்தோஷப்பட்டான். அந்த மனிதருக்கு இனி அவன் மனத்தை மயக்கும் சக்தியில்லை; அவர் எழுவதைக் காணவில்லை அவன். ஆனால் பிளவுபட்ட அந்த மேலுதட்டுக்காரி இன்னமும் அங்கே புழுதியில் மண்டியிட்டுக் கொண்டு தான் இருந்தாள். அவள் கண்களிலே அவள் கண்ட அதிசயத்தின் பரவசம் அகலமாட்டாமல் குடியேறிவிட்டது.

கடைசியாக அவள் எழுந்து அங்கிருந்து நகர்ந்ததும், நகருக்குப் பாதிவழி இருவரும் சேர்ந்தே நடந்து போனார்கள். அவர்கள் அதிகம் பேசவில்லை. ஆனால் அவன் விசாரித்து அறிந்துகொண் டான். அவன் அவளை விட்டுப்போனபின் அவள் எப்படியோ இந்தக் கடவுளின் மகனிடம் நம்பிக்கை கொண்டவளாகி விட்டாள். கடவுளின் மகன் என்று அவள் சொன்ன அதே ஆசாமியைத்தான் அவன் சிலுவையில் இறந்தவர் என்று அவன் சொன்னான். ஆனால் அவர் என்ன உபதேசம் செய்தார் என்பதைக் கேட்டபோது அவள் அதற்குப் பதில் சொல்லத் தயாராக இல்லை. வேறு எங்கேயோ

பார்த்தாள். அவனை நிமிர்ந்து பார்க்கக்கூட அவள் விரும்பவில்லை என்று தோன்றியது. அவர்கள் வழிகள் பிரிகிற இடம் வந்தது. அவள் டேவிட் கேட் பக்கம் போக உத்தேசித்தாள். அவன் தெஹின்னாம் பள்ளத்தாக்குக்குப் போக உத்தேசித்தான். பிரிந்துபோக வேண்டிய இடம் வந்ததும் அவன் அவளை மீண்டும் கேட்டான்–அவர் அப்படி என்ன உபதேசம் செய்தார்? அதில் அவள் அவ்வளவு நம்பிக்கை வைப்பானேன்? என்று அதைப்பற்றி அவன் கவலைப்பட்டுக் கேட்டிருக்க வேண்டியதில்லைதான்–எனினும் கேட்டான். தரையைப் பார்த்துக்கொண்டு அவள் சிறிது நேரம் நின்றாள். வெட்கம் நிறைந்த பார்வை ஒன்று பார்த்துக்கொண்டு அவள் கடைசியில் சொன்னாள்.

“ஒருவரை ஒருவர் நேசிக்க வேண்டும் என்று உபதேசித்தார் அவர்.”

போகிற அவளையே பார்த்துக்கொண்டு வெகு நேரம் அந்த இடத்திலேயே நின்றான் பாரபாஸ்.

ஜெரூசலத்தில் அவனுக்கு ஒன்றும் அலுவல் இல்லை. இருந்தும் ஏன் அவன் அங்கேயே தங்கினான்? அடிக்கடி இதைத் தன்னையே கேட்டுக்கொண்டான் அவன். காரண காரியமில்லாமல் அவன் நகரில் அங்குமிங்கும் மனம் போனபடியெல்லாம் திரிந்துகொண்டிருந் தான். எதுவும் உபயோகமான காரியம் செய்யவில்லை அவன். ஏன் அவன் இன்னும் வரவில்லை என்று மலையின்மேல் அவன் சகாக்கள் ஆச்சரியத்தில் மூழ்கியிருப்பார்கள்; எதற்காக அவன் அங்கு தங்கியிருந்தான். அது அவனுக்கே தெரியாது!

தனக்காகத்தான் அவன் அப்படி அங்கு தங்கியிருக்கிறான் என்று பருத்த ஸ்திரீ முதலில் நினைத்தாள். ஆனால் சீக்கிரமே அது உண்மையல்ல என்பது அவளுக்குத் தெரிந்துவிட்டது. அது பற்றிக் கோபம்கூட வந்தது அவளுக்கு. ஆனால் கடவுள் விஷயமாக ஆண்கள் எப்பவுமே நன்றியற்றவர்கள்தான். தங்களுக்குத் தேவை யானது கிடைத்தும் கூட அவர்களுக்கு நன்றி யென்பதே கிடையாது. எது எப்படியானால் என்ன? அவன் அவளுடன் படித்துறங்கச் சம்மதித்தான். அதுபோதும் என்று எண்ணினாள் அவள். உண்மை யான ஆண்மகன் அவன். அதுபற்றி அவள் சந்தோஷப்படலாம். அவனுடன் இருப்பதுவே ஆனந்தமாக இருந்தது. சரஸமாடுவதற்கு ஏற்ற புருஷன் அவன். பாரபாஸை பற்றிய வரையில் ஒரு விஷயம் நிச்சயம். அவன் அவளிடம் பிரியம் வைத்திருந்தானோ இல்லையோ– அவன் வேறு யாரிடமும் பிரியமும் வைக்கவில்லை என்பது நிச்சயம். அது நிச்சயம் தான். யாரைப் பற்றியும் அவன் கவலைப்படவில்லை. தவிரவும் அவன் தன்னை அதிகமாகப் பாராட்டவில்லை என்பது அவளுக்கு மிகவும் சௌகரியமாகவும் தான் இருந்தது, இந்த உடல்

உறவே தாங்கமுடியாததாக இருந்ததே–மனத்திலீடுபாடும் இருந்து விட்டால் அவளால் நிச்சயமாகத் தாங்க முடியாது என்பது நிச்சயம். காரியம் எல்லாம் ஆன் பிறகு அவள் தனக்குள் தானே லேசாக அழுதுகொள்வாள். அதைப்பற்றியும் அவள் அதிகமாகப் பாராட்டு வது கிடையாது. அப்படி அழுவதுகூட நல்ல உணர்ச்சிதான். எந்த உருவத்திலேனும் காதலை அங்கீகரிக்கத் தயாராக இருந்தாள் அவள். காதல் என்பதை அலட்சியம் செய்ய அவள் தயாராக இல்லை.

ஆனால் எதற்காக அவன் பிரமை பிடித்தவன்போல ஜெரூசலத் தில் சுற்றிச் சுற்றி வந்துகொண்டிருந்தான் என்பதை அவளால் புரிந்து கொள்ள முடியவில்லை. நாள் பூராவும் செய்வதற்குத்தான் என்ன வேலை இருந்தது? அவன் சோம்பேறியல்ல. எப்பவுமே சுறு சுறுப்பாக எதற்கும் அஞ்சாமல் வேலை செய்யப் பழகியவன். அவன் இப்படிச் சோம்பேறியாகத் திரிவதற்குப் பழகியவன் அல்ல அவன்.

சிலுவையில் அறையப்படுவதிலிருந்து தப்பியது முதலே அவன் ரொம்பவும் மாறிவிட்டான் என்று தான் சொல்லவேண்டும். தான் தப்பிவிட்டதை நம்பத் தயாராக அவன் இருப்பதுபோலத் தோன்ற வில்லை. பெரிய வயிற்றைக் கைகளால் தழுவிக் கொண்டு நடுப் பகலில் வெய்யிலில்படுத்து அரைக் கண் மூடியபடியே அவள் தனக்குள் சிரித்துக்கொண்டாள்.

சிலுவையில் அறையப்பட்டு உயிர் நீத்த அந்த ஞானியின் சிஷ்யர்களைத் தெருவில் சந்திக்காமலிருக்க பாரபாஸால் முடிய வில்லை. வேண்டுமென்று அவன் அவர்களைத் தேடிக்கொண்டு போனதாக யாரும் சொல்ல முடியாது, இங்குமங்கும் தெருக்களில் சந்தைக் கடைகளில் அவர்கள் எதிர்ப்படுபவர்கள். அவர்களை நிறுத்தி அவர்களுடன் அந்தப் புதிய கொள்கையைப்பற்றி அவனால் பேசாமல் இருக்க இயலவில்லை. ஒருவரை ஒருவர் நேசிப்பதா?... கோயில் சதுக்கத்தின் பக்கமும், நாகரிகமான நகர விதிகளின் பக்கமும் போவதை அவன் தவிர்த்தான். சுற்றுவட்டத்திலிருந்த சந்து பொந்துகளில் ஏழை எளியவர்கள் வசிக்கும் தெருக்களில் அங்காடிக்காரர்கள் தங்கள் பொருள்களைக் கூவும் தெருக்களில் அவன் சுற்றிச் சுற்றி அலைந்தான். கடைகளில் தொழிலாளிகள் பலர் தங்கள் தங்கள் தொழில்களைக் கவனித்துக் கொண்டு உட்கார்ந்திருந்தனர். இந்த எளிய மக்களில் பலர் அந்த குருநாதரின் உபதேசங்களில் நம்பிக்கை வைத்திருந்தார்கள். பெரிய வீதிகளில் சந்தித்த மனிதர்களை விட இவர்களைப் பாரபாஸுக்கு அதிகமாகப் பிடித்திருந்தது. அவர்களுடைய விசித்திரமான சிந்தனைகளை அறிந்து கொண்டான் அவன். ஆனால் அவர்களுடன் அவனால் அதிகமாக நெருங்கிப் பழக முடியவில்லை. அவனால்–இதற்குக்

காரணம் அவர்கள் அவ்வளவு அசட்டுத்தனமாகப் பேசினார்கள் என்பதாகவும் இருக்கலாம். தங்கள் குருநாதர் இறந்த பின் எழுந்துவிட்டார் என்று அவர்கள் திடமாக நம்பினார்கள். வானத்து வீரர்களுடன் வந்து இவ்வுலகில் தன் ராஜ்யத்தை அவர் சீக்கிரமே ஸ்தாபிப்பார் என்று அவர்கள் நம்பினார்கள். அவர்கள் எல்லோரும் அதையேதான் சொன்னார்கள்– அப்படித்தான் அவர்களுக்கு உபதேசம் செய்யப்பட்டிருந்தது போலும், ஆனால் அவர்களில் எல்லோருக்குமே அவர் கடவுளின் மகன் என்பதுபற்றி ஏகோபித்த நம்பிக்கை இல்லை. அப்படியும் இருக்க முடியுமா என்று அவர்கள் எண்ணினார்கள். அவர்கள் நேரில் பார்த்துப் பேசிய அந்த மனிதர் கடவுளின் மகனாக எப்படி இருக்க முடியும் என்று சந்தேகித்தார்கள் அவர்கள். அவருடன் அவர்கள் பழகியவர்கள். அவர் காலுக்கு அளவு எடுத்துச் செருப்பு தைத்துப் போட்டவன் கூட அவர்களி டையே இருந்தான். கடவுளின் மகனானால் கால் அளவை அந்தச் சக்கிலி எடுத்திருக்க முடியுமா? அதை மட்டும் நம்புவது அவர்களுக்கு சிரமமாகத்தான் இருந்தது. ஆனால் பலர் அவர் கடவுளின் மகன் தான் என்று சத்தியம் செய்தார்கள். தன் தகப்பனாரின் பக்கத்தில் சொர்க்கத்தில் சிம்மாஸனத்தில் வீற்றிருப்பார் அவர் என்று அவர்கள் சொன்னார்கள். ஆனால் முதலில் இந்த பாவகரமான, பூரணத்வமற்ற உலகம் அழியவேண்டும் என்று அவர்கள் சொன்னார்கள். அப்படி அழிந்த பின்தான் சொர்க்கம் உண்டாகும் என்றார்கள்.

எப்படிப்பட்ட விசித்திரமான மனிதர்கள் அவர்கள்!

தங்களைப்போல அவனுக்கு நம்பிக்கையில்லை என்பதை அவர்கள் சம்பாஷணையின் துவக்கத்திலேயே கவனித்து விடுவார்கள். அதற்குப் பிறகு அவனுடன் பேசுவதில் மிகவும் ஜாக்கிரதையாக இருப்பார்கள். சிலருக்கு மிகவும் அவநம்பிக்கையாக இருக்கும். அவனிடம் அவர்களுக்கு அப்படியாகப் பிரியம் ஒன்றுமில்லை என்றும் அவர்கள் ஒப்புக்கொண்டார்கள். அது பழக்கப்பட்ட ஒரு விஷயம்தான் பாரபாஸூக்கு. ஆனால் இந்தத் தடவை அவர்களின் நம்பிக்கை வழக்கத்துக்கு மாறாக அவன் மனத்தில் சுருக்கென்று உரைத்தது. அவன் எதிர்ப்பட்டால் ஜனங்கள் சாதாரணமாக யாரும் ஒதுங்கித்தான் போவார்கள்–அவனுடன் பழக யாரும் சாதாரணமாக விரும்புவதில்லை. அது அவன் தோற்றத்தினால் ஏற்பட்ட ஒரு அருவருப்பாக இருக்கலாம். முகத்தில் கத்தி வடு எதனால் ஏற்பட்டது என்று யாராலும் ஊகித்தறிய முடியாது –பயங்கரமானவடு அது – எந்தக் காரணத்தினால் ஏற்பட்ட வடுவோ அது! ஆழத்தில் இருந்த அவன் கண்களை யாரும் லேசில் பார்த்துவிட முடியாது என்பத னால் ஏற்பட்ட அவநம்பிக்கை அது! மக்கள் தன்னை நேசிப்பதில்லை என்பதை அறிந்தவன் தான் அவன். ஆனால் அது. இதுவரையில்

அவனைப் பாதித்ததில்லை. ஜனங்கள் என்ன நினைக்கிறார்கள் என்பதுபற்றி அவனுக்கென்ன கவலை?

அது தன் மனத்தில் உறுத்தும் என்பதை அவன் இது வரையில் அறியவேயில்லை.

பொதுவான ஒரு நம்பிக்கை காரணமாக அவர்கள் கோஷ்டி யாகச் சேர்ந்தே காணப்பட்டனர். தங்களில் சேராதவர்கள் யாரையும் அருகில்விட அவர்கள் தயாராக இல்லை. அவர்கள் சகோதரத்துவம் பாராட்டினார்கள்–நேச விருந்துகள் நடத்தினார்கள். ஒரே குடும்பம் போல அவர்கள் விருந்துகளில் ஈடுபட்டனர். அதெல்லாம் அவர்களு டைய புதுக்கொள்கைகளின்படி அதில் சேர்ந்தது போலும். ஒருவரை ஒருவர் நேசியுங்கள் என்கிற மதத்தைச் சேர்ந்தது போலும். ஆனால் தங்களில் சேராதவர்களை நேசித்தார்களா என்று சொல்வது மிகவும் சிரமமான காரியம்தான்.

நேச விருந்துகளில் பங்கெடுத்துக் கொள்ள வேண்டும் என்று பாரபாஸ் விரும்பியதாகவும் சொல்ல முடியாது. அதில் அவனுக்குச் சிறிதும் விருப்பமில்லை. அப்படிப்பட்ட ஒரு சிந்தனையே அவன் வெறுப்பைக் கிளறக்கூடியதாக இருந்தது. மற்றவர்களுடன் விளை யாட்டு வாழ்க்கை நடத்த விரும்பியவன் அல்ல அவன். தான் தனியனாக இருக்க விரும்பினான் அவன். யாருடனும் பிணைக்கப் பட்டு வாழ விரும்பவில்லை அவன்.

இருந்தாலும் அவன் அவர்களைத் தேடிக்கொண்டு போனான்.

அவர்களின் ஒருவனாக ஆகிவிட விரும்புகிறவன் போலக்கூடச் சில சமயம் பாசாங்கு செய்தான். அவர்கள் நம்பிக்கைகளை அவன் மட்டும் புரிந்து கொள்ளமுடிந்தால், அவனும் அவர்களில் ஒருவனாகி விடுவான். அவனைச் சந்தோஷத்துடன் வரவேற்பதாக அவர்கள் சொன்னார்கள். தங்களுக் கெட்டிய வரையில் தங்கள் குருநாதரின் உபதேசங்களை அவனுக்கெடுத்துச் சொல்லத் தாங்கள் தயாராக இருப்பதாக அவர்கள் சொன்னார்களே தவிர அவனை ஏற்றுக் கொள்ள அவர்கள் தயங்கிய மாதிரி தான் அவனுக்குத் தோன்றியது. விசித்திரம்தான். புது சிஷ்யன் ஒருவன் கிடைத்தது பற்றித் தங்களுக்கு உண்மையில் சந்தோஷம் பிறக்கவில்லையே என்று அவர்கள் தங்களுக்குள்ளேயே வருந்தினார்கள் என்று கூடச் சொல்லலாம். இதற்குக் காரணம் என்ன? அதிகமாகச் சிந்திக்காமலே பாரபாஸுக்கு இதன் காரணம் தெளிவாகத் தெரிந்தது. திடீரென்று எழுந்து அவன் அங்கிருந்து நகர்ந்துவிடுவான். அவன் முகக்கரிய வடு ரத்தச் சிவப்பாக சிவக்கும்.

நம்புவதா? சிலுவையில் தொங்கி உயிர் நீத்த மனிதனைப் பார்த்த அவன் எதை நம்புவது? அன்று சிலுவையில் இறந்துவிட்ட

சவத்தைப் பற்றி என்ன நம்புவது? எப்படி நம்புவது? அவர் எழுந்து வரவில்லை என்பதை அவன் தன் கண்களாலேயே நேரில் கண்டவன். அப்படியிருக்க அவன் எதை நம்புவது? அதெல்லாம் அவர்களுடைய கற்பனையே தவிர வேறு அல்ல; இறந்தவர் பிழைப்பதாவது? குருநாதராகட்டும்–வேறு யாராகத்தான் இருக்கட்டுமே–இறந்தவன் பிழைப்பது ஏது? தவிரவும், அவர்கள் அவனை விட்டுவிட்டு அவரைச் சிலுவையில் அறைந்து கொல்வதற்கு அவள் எப்படிப் பொறுப்பாளியாவான்? அது அவர்கள் செய்த காரியம்! யாரை வேண்டுமானாலும் விடுவித்திருக்கலாம். பாரபாஸை அன்று விடுவித்தது தெய்வாதீனமாக நேர்ந்த ஒரு காரியம்–அதில் அவன் பிசகு என்ன? கடவுளின் மகனா? அவர் எப்படிக் கடவுளின் மகனாக இருக்க முடியும்? அப்படிக் கடவுளின் மகனாக அவர் இருந்தால், ஏன் இஷ்டமில்லாவிட்டாலும் சிலுவையில் உயிர் துறக்க வேண்டும் அவர்? அவராகவே சிலுவையில் இறப்பதை விரும்பி ஏற்றுக் கொண்டிருக்க வேண்டும்! அப்படியிருந்தால் அது மிகவும் ஆச்சரியமான விஷயம் அமானுஷ்யமானது– நம்பத்தகாது. கஷ்டப்பட அவர் எதற்காகத் தயாராக இருந்திருக்க வேண்டும்! கடவுளின் மகனாக இருந்தால் அவர் சுலபமாகவே கஷ்டப்படுவதி லிருந்து தப்பித்துக் கொண்டிருக்கலாமே! ஆனால் அவர் இந்த சிலுவைத் துயரத்திலிருந்து தப்பிவிட விரும்பவில்லை என்பது சாகத்தான் அவர் விரும்பினாரா? அதைத் தவிர்க்க அவர் விரும்ப வில்லையோ? அப்படியிருந்ததால்தான் அவர் அப்படி அவதிப்பட வேண்டியதாக இருந்தது! பாரபாஸை விடுவித்து விட்டதும் அவர்தானே! அவர் உத்தரவிட்டாரா–இவனை விடுவித்துவிட்டு என்னைச் சிலுவையில் கொல்லு என்று அவரே தானே உத்தர விட்டிருக்க வேண்டும்!

அவர் கடவுளின் மகனாக இருக்க முடியாது, அது தெளிவு!

மிகவும் விசித்திரமான வழியில் தன் சக்திகளை உபயோகித் திருந்தார் அவர். உபயோகப்படுத்தாமல் உபயோகப்படுத்தினார் என்று சொல்லலாமா? பிறர் இஷ்டப்படி தீர்மானித்து அதை சுமத்திவிடச் சம்மதித்து இருந்து விட்டார். அவர் எதிலும் குறுக் கிடாமல் நடப்பது நடக்கட்டும் என்றிருந்து விட்டார். அவரிஷ்டப் படித்தான் எல்லாம் கடைசியில் நடந்தது, பாரபாஸ் சிலுவையிலிருந்து தப்புவதும் அவரிஷ்டம்தானே!

தங்களுக்காக இறந்தார் அவர் என்று அவர் சிஷ்யர்கள் சொல்லிக் கொண்டார்கள். ஆனால் அவர் பாரபாஸுக்காகத்தான் இறந்தவர் என்பதை யாரும் மறுக்கவே முடியாது. மற்றவர்களைவிட ஒருவிதத்தில் அவனை அவருக்கு மிகவும் நெருங்கியவன் என்றுதான் சொல்ல வேண்டும். மற்றவர்களைவிட அவருடன் ஒடுக்கமாகப்

பிணைக்கப்பட்டவன் அவன். அவர்கள் அவனை நெருங்க விரும்ப வில்லை எனினும் அவர் அவனை அணுகியது உண்மை. அவன் தேர்ந்தெடுக்கப்பட்டவன் என்று சொல்லலாம்-துயரத்திலிருந்து விடுதலை பெற தேர்ந்தெடுக்கப்பட்டவன்-கடவுளின் மகனுக்குப்பதில் சிலுவையிலிருந்து தப்பத் தேர்ந்தெடுக்கப்பட்டவன். அதுவும் அவர் உத்தரவுதான். அவரிஷ்டப்படிதான் நடந்தது என்று சொல்ல வேண்டும். அவர்களுக்கெல்லாம் இது ஏனோ புரியவில்லை!

ஆனால் அவர்களுடைய "சகோதர கோஷ்டிகளோ" "நேச விருந்துகளோ" "ஒருவரை ஒருவர் நேசியுங்களோ" அவனுக்குப் பிடிக்கவேயில்லை. அவன் அவன்தான் - தனிஒரு மனிதன். சிலுவையில் அறையப்பட்ட அந்த மனிதர், கடவுளின் மகனான அந்த மனிதர்கூட, அவனைத் தனி மனிதனாக்கத்தான் அங்கீகரிக்க வேண்டும். அவன் தன் தனிமையை மறக்கவேயில்லை. அவர் சிஷ்யர்களைப்போல அவன் அவருக்கு அடிமைப்பட்டவனல்ல; அவருக்காகப் பாடிக்கொண்டோ பிரார்த்தனை செய்துகொண்டோ பொழுதைப் போக்கிக் கொண்டிருப்பவன் அல்ல அவன். அவன் பாரபாஸ்.

ஒருவர் எதற்காக ஏன் கஷ்டப்பட விரும்பவேண்டும் அப்படியும் துயரப்பட விரும்புவது நியாயமா? அவசியமில்லாத போது, தப்பித்துக் கொள்ள முடியும் போது ஏன் எதற்காகக் கஷ்டப்பட வேண்டும்? அதை நம்புவது சிரமமாகத்தான் இருந்தது. கஷ்டப்பட வேண்டுமே என்று எண்ணினாலே வயிற்றைப் புரட்டவில்லையா? அதைப் பற்றி எண்ணும்போது அந்த மனிதனின் மெலிந்த பரிதாபகரமான உருவம் அவன் கண்முன் எழுந்தது. அவர் ஆணி அடித்த கைகளால் அந்த உடம்பின் கனத்தை கூடத்தாங்க முடிய வில்லை. உலர்ந்த உதடுகளை அசைத்து தண்ணீர் என்று சொல்லக் கூட முடியவில்லை. இராது! அவராகக் கஷ்டத்தை ஏற்றுக் கொள்ளக்கூடிய மனிதர் அல்ல அவர் என்றுதான் பாரபாஸுக்குத் தோன்றியது. கஷ்டங்களைத் தாங்க அந்த உடம்பிலே பலம் எங்கிருந்தது. சிலுவையில் அறையப்பட்டு உயிர் நீக்கும் கஷ்டத்தைத் தானாக ஏற்றுக்கொள்கிற மனிதனும் அல்ல அவர். அவனுக்கு அவரைப் பற்றி எண்ணிப் பார்க்கவே பிடிக்கவில்லை என்றுதான் சொல்ல வேண்டும். ஆனால் அவர்கள் அவரை வணங்கினார்கள்; பாராட்டினார்கள். அவர் கஷ்டங்களையும், சிலுவையையும், பரிதாபகரமான அவர் பிரிவையும் போற்றிப் புகழ்ந்தார்கள். அதில் பரிதாபமும் துயரமும் நிறைந்திருந்தது என்பதே அவர்களுக்குத் தெரியவில்லையே! சாவையேதான் வணங்கினார்களோ அவர்கள்? மிகவும் பயங்கரம் அது - கொடூரமானது - அவனுக்கு அருவருப் பையும் வெறுப்பையும் தந்தது அது. அவர்களிடமிருந்து அவர்

உபதேசங்களிலிருந்தும் அவனை அடித்து விரட்ட அந்த ஞாபகமே போதுமானதாகத்தான் இருந்தது.

இல்லை – அவனுக்கு சாவிலே விருப்பம் சிறிதும் கிடையாது. சாவைக் கண்டால் வெறுப்புத்தான் அவனுக்கும். சாகாதிருக்கவே அவன் விரும்பினான். அதனால்தான் அவன் இந்தச் சமயம் சாகாமல் தப்பித்துக் கொண்டானோ? எதற்காக, எந்தக் காரணத்தினால் அவனைக் கொல்லாமல் விடுதலை செய்தார்கள்? சிலுவையில் இறந்தவர் கடவுளின் மகன் என்பது உண்மையானால் அவருக்கு நல்ல விஷயங்களுக்குமே தெரிந்திருக்க வேண்டும். அப்படியானால் பாரபாஸ் சாக விரும்பவில்லை என்பதை அவர்களறிந்திருக்க வேண்டும். கஷ்டப்படவோ, சாகவோ அவன் தயாராகவே இல்லை என்பதை அவர் அறிந்துதான் விடுதலைக்கு ஏற்பாடு செய்தாரோ? தனக்காக அதனால் தான் அவர் இறந்தாரோ? பாரபாஸ் அவருக்குப் பின்னால் கொல்கோதா குன்றுவரையில் போய் அவர் சிலுவையில் உயிர் துறந்ததைப் பார்த்துவிட்டு வருவதுடன் அவன் கடமை முடிந்து விட்டது. அவனிடம் அவர் எதிர்பார்த்தது அவ்வளவுதான்! அதுகூட அவனுக்கு மிகவும் கஷ்டமாகவேதான் இருந்தது. சாவு என்றால் பார்ப்பதற்கே வெறுப்பாகத்தான் இருந்தது. கஷ்டத்தையும் சகித்துக்கொள்ளும் மனப்பாங்கில்லாதவன் அவன்.

ஆம், கடவுளின் மகன் உண்மையில் அவனுக்காகத்தான் இறந்தார் என்று சொல்லவேண்டும். அவனைத்தான் விடுவிக்க நேர் காரணமாக இருந்தவர் அவர். "இந்த மனிதனை விடுவித்து, அவனுக்குப் பதில் என்னைச் சிலுவையில் அறைந்து கொல்" என்று அவரே சொன்ன மாதிரி இருந்தது.

அவர்களில் ஒருவனாக இருக்க முயற்சி செய்துவிட்டு, அவன் நகர்ந்து போகும்போது, இப்படியெல்லாம் சிந்தித்தான் பாரபாஸ். குசவர்கள் சந்தில், குயவர் கடையிலிருந்தவர்கள் அவன் தங்கள் மத்தியில் வருவதை விரும்பவில்லை அவர்கள் என்பதைத் தெளி வாக்கியபின், அவன் இப்படியெல்லாம் சிந்தித்துக்கொண்டே வெளி யேறினான்.

அவர்களை மறுபடி போய்ப் பார்ப்பதில்லை என்றும் தீர்மானித்தான்.

ஆனால் இந்தத் தீர்மானத்தையும் மறந்துவிட்டு அவன் மறுநாளும் அவர்களிடையே சென்றான். தங்கள் சித்தாந்தங்களில் எது அவனுக்குப் புரியவில்லை என்று அவர்கள் அனுதாபத்துடன் விசாரித்தார்கள். முந்திய தினம் அவர்கள் அவனை அப்படி விரட்டியதற்கு வருந்தினார்கள் என்பது தெளிவாகவே தெரிந்தது. சரியானபடி வரவேற்காமல் அவனை விரட்டியதும் தங்கள்மேல் பிசகு என்று உணர்ந்தவர்கள் போல் அவர்கள் நடந்து கொண்டார்

கள். அவன் அறிவுத் தாகத்தையும் தீர்த்து வைக்க அவர்கள் முயல வேண்டாமா? அவன் என்ன கேட்டறிந்துகொள்ள விரும்பினான். எது புரியவில்லை அவனுக்கு?

தோள்பட்டையை உலுக்கிவிட்டு அது எல்லாமே அவனுக்குப் புரியாத புதிராகத்தான் இருந்தது என்று சொல்ல விரும்பினான் அவன். இதையெல்லாம் பற்றித் தனக்கும் கவலையேயில்லை என்று சொல்லிவிட அவன் விரும்பினான். மாண்டவர் மீள்வது என்கிற கொள்கையை அவனால் புரிந்துகொள்ள முடியவில்லை என்று மட்டும் சொன்னான். உதாரணமாக அதை மட்டும் சொன்னான். செத்தவர்கள் யாரும் பிழைத்தெழுந்ததாக அவன் கேள்விப்பட்ட தில்லை.

குயவர்கள் தங்கள் சக்கரங்களை சுற்றுவதை நிறுத்தி விட்டு அவனை நிமிர்ந்து பார்த்தார்கள். பிறகு ஒருவரை ஒருவர் பார்த்துக் கொண்டார்கள். தங்களுக்குள் சிறிது நேரம் குசுகுசுவென்று பேசிக் கொண்டார்கள். தங்கள் குருநாதர் ஒரு மனிதனை, செத்தவனை எழுப்பினார். அந்த மனிதனை அவன் பார்க்கவிரும்பினால் பார்க்க லாம் என்றார்கள். அவன் பார்க்க விரும்பினால் அதற்கு ஏற்பாடு செய்ய அவர்கள் தயாராக இருந்தார்கள். அன்று மாலையே ஏற்பாடு செய்யலாம் என்றார்கள். வேலையெல்லாம் முடிந்த பிறகு போகலாம். ஜெரூசலத்துக்கு இடையே சிறிது தூரத்தில் வசிக்கிறான் அந்த மனிதர் என்றார்கள்.

பாரபாஸுக்குப் பயமாகவே இருந்தது. அவன் எதிர்பார்த்தது. இதுவல்ல. அதைப் பற்றி வெறும் பேச்சுப் பேசுவார்கள். அவர்கள் வார்த்தைகளைக் கொட்டிப் பூசி மெழுகுவார்கள் என்று எண்ணி னான். இப்படிப் பதில் சொல்ல முடியாதபடி அவர்கள் ருசுக்கள் தருவார்கள் அன்று அவன் எதிர்பார்க்கவில்லை. உண்மைதான் – இதெல்லாம் ஏதோ பெரும் புரட்டு, ஏமாற்று என்று தான் அவன் எண்ணினான். ஏதோ விசித்திரமான கற்பனை. ஒரு புனிதமான கடவுள் பெயரில் புரட்டு உண்மையில் இறந்ததாகச் சொல்லப்பட்ட மனிதன் இருக்கமாட்டான். இருந்தாலும் அவனுக்குப் பயமாகத் தான் இருந்தது. அந்த மனிதனைப் போய் சந்திக்க அவன் விரும்ப வில்லை. ஆனால் கேட்ட பிறகு வரமாட்டேன் என்று பின்வாங்குவது எப்படி? குருநாதரின் சக்தியை ருஜூப்பித்துக் கொள்ள ஒரு சந்தர்ப்பம் கிடைத்தது என்று நன்றியைத் தெரிவித்துக் கொள்ள ஒரு சந்தர்ப்பம் கிடைத்தது என்று நன்றியைத் தெரிவித்துக் கொள்வதுடன் அவன் திருப்தியடைய வேண்டியதாகிவிட்டது.

குழப்பத்துடன் தெருக்களில் நடந்து கொண்டே அவன் பொழுதைக் கழித்தான். வேலை முடியும் தருவாயில் குயவன் கடைக்கு அவன் போனான். வழிகாட்ட அவனுடன் ஒரு வாலிபன்

வந்தான். நகரத்து வாசல்களைத் தாண்டி, ஆலங்குன்றை நோக்கி நடந்தார்கள் அவர்கள் இருவரும்.

மலையின் சரிவிலே ஒரு கிராமத்தில் ஒரு கோடி வீட்டில் அவர்கள் தேடிப்போன மனிதன் வசித்துக் கொண்டிருந்தான். வாசலை மறைத்த வைக்கோல் பாயை அகற்றினான் வாலிபக் குயவன். மேஜையில் கைகளை நீட்டிக் கொண்டு தரையில் சுவரைப் பார்த்துக்கொண்டு உட்கார்ந்திருந்தான் அந்த மனிதன். தெளிவான உரத்த குரலில் வாலிபன் பேசும் வரையில் அவன் வந்தவர்களைக் கவனித்த மாதிரியே தெரியவில்லை. குரல் கேட்டு வாசல் பக்கம் திரும்பி அவர்களுக்கு நல்வரவு கூறினான் அவன். மிகவும் தாழ்ந்த குரலில் வணக்கம் சொன்னான். குயவர்கள் சந்திலிருந்து வந்திருப்ப தாகவும் என்ன காரியமாக வந்திருந்தார்கள் என்பதையும் வாலிபன் அவனுக்குச் சொன்னான். மேஜையண்டை வந்து உட்காரச் சொல்லி அவர்களை அழைத்தான் அவன்.

பாரபாஸ் அவன் எதிரே உட்கார்ந்து கொண்டான். அவன் முகத்தை உற்றுப் பார்த்தான். அவன் முகம் எலும்பால் ஆனதுபோல் கடினமாக இருந்தது. வெளிரிட்டிருந்தது. தோல் நன்றாக உலர்ந் திருந்தது. ஒரு மனிதனின் முகம் இப்படி இருக்க முடியும் என்று பாரபாஸ் கற்பனையில்கூட எணணியதில்லை. இப்படிப் பாழடைந்த முகம் வேறு எதையும் தான் இதுவரை பார்த்திருப்பதாக அவனுக்குத் தெரியவில்லை. பாலைவனம் போல இருந்தது அவன் முகம்.

வாலிபன் கேட்ட கேள்விக்குப் பதில் அளித்தான் அந்த மனிதன். அவன் செத்தது உண்மைதான் என்றும், அவன் உயிரை மீட்டுத் தந்தது குருநாதர்–கலிலியிலிருந்து வந்த அந்த ஞானிதான் என்றும் சொன்னான் அவன். நூறு இரவுகளும் பகல்களும் அவன் கல்லறையில் இறந்து அடக்கம் செய்யப்பட்டிருந்தான். ஆனால் இப்போதும் அவன் உடல் சக்தியும் மனச்சக்தியும் சிறிதும் மாறிவிட வில்லை. முன்போலவேதான் இருந்தது என்று சொன்னான் அவன். எந்த விஷயத்திலும் எப்படிப்பட்ட மாறுதலும் ஏற்பட்டுவிடவில்லை என்றான் அவன். இப்படியாக குருநாதர் தன் சக்திகளை நிரூபிக்க அவன் உதவினான். பெருமைகளையும் சக்திகளையும் நிலைநாட்ட அவருக்கு அவனால் ஒரு சந்தர்ப்பம் கிடைத்தது என்றான் அவன். அவர் கடவுளின் மகன்தான்–சந்தேகமேயில்லை என்றான். மெதுவாக நிதானித்துப் பேசினான் அவன். ஒளியிழந்து மங்கிய கண்களால் பாரபாஸைப் பார்த்துக் கொண்டே அவன் இவ்வளவையும் சொன்னான்.

அவன் பேசி முடித்தபின், குருநாதரையும் அவர் சக்திகளையும் பற்றிச் சிறிதுநேரம் பேசிக்கொண்டு அவர்கள் உட்கார்ந்திருந்தனர். அவருடைய பெரிய செயல்களைப் பற்றிப் பேசினார்கள். பாரபாஸ்

இந்தப் பேச்சில் கலந்து கொள்ளவில்லை. பிறகு அவர்களிருவரையும் தனியாக விட்டுவிட்டு, அந்தக் கிராமத்திலிருந்த தன் பெற்றோரைப் பார்த்துவிட்டு வரப்போனான் அந்த வாலிபன்.

இந்த மனிதனுடன் தனியாக இருக்க பாரபாஸ் விரும்பவில்லை. ஆனால் காரணமில்லாமல் எப்படி திடுதிப்பென்று எழுந்து போவது? பாவமோ உணர்ச்சியோ காட்டாத கண்களுடன் பார பாஸையே பார்த்துக்கொண்டு உட்கார்ந்திருந்தான் அந்த மனிதன். அவனுக்கு பாரபாஸிடம் எந்தவிதமான பிணைப்பும் கிடையாது. எனினும் அவனிடமும் ஒரு கவர்ச்சியிருந்தது – தன்னை இழுத்தது என்று எண்ணினான் பாரபாஸ். புரிந்து கொள்ளத்தான் விரும்பி னான் பாரபாஸ். பிய்த்துக் கொண்டு ஓடிவிட்டால் தேவலை என்று எண்ணினான் அவன். ஆனால் அப்படி ஓடிவிட முடிய வில்லை.

சிறுது நேரம் பேசாமலே உட்கார்ந்திருந்தான் அந்த மனிதன். பிறகு தங்கள் ஞானியிடம் அவனுக்கும், நம்பிக்கை இருந்ததா என்று கேட்டான். அவன் கடவுளின் மகன் என்று நம்பினானா என்று கேட்டான். பாரபாஸ் தயங்கினான்.

பிறகு இல்லை என்று பதிலளித்தான். பாவமற்ற அந்தக் கண்கள் பார்வைக்குமுன் பொய் சொல்லத் தைரியம் வரவில்லை அவனுக்கு. ஆனால் அவன் நிஜம் சொன்னாலும் பொய் சொன்னாலும் ஒன்றுதான் என்று அந்த மனிதன் நினைப்பதுபோல இருந்தது. அந்த மனிதன் பாரபாஸுக்கு நம்பிக்கை வராததை ஒரு குற்றமாக எடுத்துக்கொள்ளவில்லை. தலையை ஆட்டிக் கொண்டு அவன் சொன்னான்.

"ஆமாம். ரொம்ப பேர்வழிகளுக்கு நம்பிக்கை வருவதில்லை. அவர் தாயார் அவள் நேற்று இங்கு வந்திருந்தாள் – அவளுக்குக்கூட இதில் நம்பிக்கையில்லை. ஆனால் அவர் செத்த என்னை மீண்டும் பிழைத்தெழச் செய்தது உண்மை. அவருக்கு நான் சாட்சி சொல்ல வேண்டும் என்பது அவர் சித்தம்".

அது உண்மையனால் அவன் பெரிய நம்பிக்கை வைப்பது நியாயமே என்றான் பாரபாஸ். இந்த மஹா அதிசயத்தை நடத்தி வைத்த மகானுக்கு அவன் என்றென்றும் கடமைப்பட்டவன். நன்றி செலுத்தத்தான் வேண்டும் என்றான். அந்த மனிதனும் ஆமாம் என்றான். தினமும் அவன் அவருக்கு நன்றி செலுத்தினான் – இறந்தவனை மீண்டும் பிழைத்தெழச் செய்ததற்கு நன்றிபாராட்டக் கடமைப்பட்டவன் அவன். சாவின் ராஜ்யத்திலிருந்து அவன் தப்ப உதவி செய்தது அவர் தானே!

“சாவின் ராஜ்யமா?” என்று கூவினான் பாரபாஸ். அவன் குரல் சற்றே நடுங்கிற்று. “சாவின் ராஜ்யமா?... அந்த ராஜ்யம் எப்படியிருக்கிறது? அங்குபோனவனாயிற்றே நீ! அங்கு எப்படியிருக் கிறது, சொல்.”

“எப்படியிருக்கிறதா?” அவனை ஒரு ஆச்சரிய பாவத்துடன் பார்த்துக்கொண்டே பதில் கேள்வி கேட்டான் அந்த மனிதன். அவன் கேட்டதற்கு என்ன அர்த்தம் என்று அவனுக்குப் புரியவில்லை என்பது தெரிந்தது.

“ஆம், சாவு என்று நீ அனுபவித்ததுதான் என்ன?”

“நான் எதையும் அனுபவிக்கவில்லை” என்று பதிலளித்தான் அந்த மனிதன். மற்றவன் கேள்வி கேட்ட வேகம் அவனுக்குப் பிடிக்கவில்லை என்பதும் தெளிவாகவே தெரிந்தது அவன் குரலில். “நான் செத்துப்போனேன் அவ்வளவுதான். செத்துப் போனவர்களுக்கு எதையும் அனுபவிக்க உணர்ச்சி ஏது? சாவு என்பது வெறுமை வேறு– ஒன்றுமில்லை.”

“ஒன்றுமில்லையா?”

“ஆம், ஒன்றுமில்லை. சாவு என்பது என்னவாக இருக்க முடியும்?”

பாரபாஸ் அவனை உறுத்துப் பார்த்தான்.

“செத்தவர்களின் உலகத்தைப்பற்றி நான் ஏதாவது சொல்ல வேண்டும் என்று எதிர்பார்க்கிறாயா? என்னால் எதுவும் சொல்ல இயலாது. செத்தவர்கள் ராஜ்யம் என்பது ஒரு சூனியம். அது உண்டு–ஆனால் அங்கு ஒன்றுமில்லை.”

பாரபாஸால் அவனை நிமிர்ந்து பார்ப்பதைத் தவிர வேறு எதுவும் செய்ய முடியவில்லை. பாலைவனம் போன்ற அந்த முகமே அவனைப் பயமுறுத்தியது. ஆனால் அந்த முகத்திலிருந்து அவனால் அவன் கண்களை அகற்ற முடியவில்லை.

“ஆமாம்” என்று மீண்டும் சொன்னான் அந்த மனிதன், அவன் கண்கள் அவனுக்கப்பால் சுவரில் போய்ப் பதிந்திருந்தன. செத்தவர் களின் ராஜ்யத்தில் ஒன்றுமில்லை. ஆயினும் அங்கு போய் வந்திருப்பவர்களுக்கு, மற்ற எங்குமே ஒன்றுமில்லை போலத்தான் இருக்கிறது.

“இப்படி நீ கேள்விகேட்பது ஆச்சரியமாக இருக்கிறது” என்றான் அவன். ஏன் இப்படிக் கேட்டாய்? மற்றவர்கள் யாரும் என்னை இந்தக் கேள்வி கேட்டதில்லை. வழக்கமாக யாரும் கேட்டதில்லை.”

ஜெரூசலத்தில் உள்ள சகோதரர்கள் அடிக்கடி தன்னிடம் பலரையும் அனுப்புவதுண்டு என்றான். அவன் நம்பிக்கையற்று

வந்தவர்களை அவன் சொன்ன அதிசயம் நம்பவைத்துவிடும் என்றான். இப்படியாக அவனும் குருநாதருக்கு உதவியாக இருந்தான். அவருக்குட்பட்டிருந்த நன்றிக் கடனில் ஒரு பகுதியை அவனால் இப்படித் திருப்பிச் செலுத்த முடிந்தது என்றான். இந்த வாலிபனோ, வேறு யாராவதோ தினமும் யாராவது ஒருவரை அழைத்து வருவது என்பது வழக்கமாகிவிட்டது என்றான். செத்தவனைப் பிழைக்க வைத்த அவர் சக்திக்கு அவன் சாட்சி சொல்வான். ஆனால் செத்தவர்களின் ராஜ்யத்தைப்பற்றி அவன் யாரிடமும் இதுவரைப் பேசியதில்லை. அதைப்பற்றி முதல் தடவையாக இன்று அவன்தான் விசாரித்தான்—மற்றவர்கள் அதைப்பற்றிக் கவலைப்பட்டதேயில்லை.

அறையில் இருட்டத் தொடங்கிவிட்டது. தாழ்ந்த கூரையிலிருந்து தொங்கிய விளக்கை ஏற்றினான் அவன். பிறகு அவன் ரொட்டி யையும், உப்பையும் எடுத்து ஒரு தட்டில் மேஜைமேல் அவர்களிரு வருக்கும் நடுவில் வைத்தான். ரொட்டியை விண்டு, பாரபாஸ் கையில் ஒரு துண்டைக் கொடுத்தான்; தானும் ஒரு துண்டை எடுத்து உப்பில் தோய்த்தான். பாரபாஸையும் உப்பில் தோய்த்துக் கொள்ளச் சொல்லி அழைத்தான். பாரபாஸின் கை நடுங்கிற்று. எனினும் அவனும் அப்படியே செய்ய வேண்டியதாவிட்டது. மௌனமாக அந்த விளக்கின் மங்கிய வெளிச்சத்திலே அவர்களிரு வரும் ரொட்டியைத் தின்றுகொண்டு உட்கார்ந்திருந்தார்கள்.

இந்த மனிதனுக்கு அவனைப்பற்றிய வரையில் அருவருப்பு, வெறுப்பு எதுவுமில்லை. இவன் அவனுடன் நேச விருந்துண்ணத் தயாராகவே இருந்தான். குயவர்கள் சந்திலுள்ள சகோதரர்கள் போல இவன் வித்தியாசங்கள் பாராட்டவில்லை. ஒரு மனிதனுக்கும் மற்றொரு மனிதனுக்கும் உள்ள வித்தியாசங்களைப் பாராட்ட இவன் தயாராக இல்லை. ஆனால் மஞ்சளாகவும் உலர்ந்தும் இருந்த கைவிரல்கள் தந்த ரொட்டித் துண்டு வாய்க்குள் போகும்போது பாரபாஸுக்கு அங்கு சவநாற்றம் அடிப்பது போல இருந்தது.

எது எப்படியானாலும், அவனுடன் அவன் இப்படிச் சாப்பிடு வதற்கு என்னதான் அர்த்தம்? இந்த அசாதாரணமான சாப்பாட்டுக்கு அர்த்தம் தான் என்ன?

சாப்பிட்டு முடிந்ததும், கதவுவரை வந்து அவன் பாரபாஸை வழியனுப்பினான்—"அமைதியாகப் போய் வா" என்றான். பாரபாஸ் எதையோ மெதுவாக முணுமுணுத்து விட்டு அவசரமாக விடை பெற்றுக் கொண்டு கிளம்பினான். இருட்டில் வேகமாக நடந்தான். மலைச்சரிவிலே இறங்கிப் போனான். அவன் மனத்தில் சிந்தனைகள் புயலாக அலைமோதின.

இரவில் அவன் வந்து தன்னை நடத்திய வேகத்தைக் கண்டு ஆச்சர்யத்தில் ஆழ்ந்தாள் அந்தப் பருத்த ஸ்திரீ. இந்த வேகத்தின்

 நற்றிணை பதிப்பகம் • 57

அர்த்தமோ, காரணமோ அவளுக்குத் தெரியாது. ஆனால் அவன் உற்சாகம் அவளுக்கு ஆனந்தத்தைத் தந்தது. எதையாவது கெட்டியாகப் பிடித்துக் கொண்டுதான் ஆகவேண்டும் என்று அவன் நினைப்பது போலிருந்தது. வேறு யாரால் அவள் விரும்பியதைத் தர முடியுமோ முடியாதோ? இவனால் தர முடியும். தன் வாலிபம் திரும்பிவிட்டது என்று கனவு கண்டுகொண்டு அவள் படுத்திருந்தாள். யாரோ ஒருவனின் காதலில் தன் வாலிபம் திரும்பிவிட்டது என்று அவள் கனவு கண்டாள்...

மறுநாள் அவன் நகரின் கீழ்ப்பகுதிகள் பக்கமோ போகவில்லை, குயவர்கள் தெருப் பக்கமோ போகவில்லை. ஸாலமன் வரிசையிலே அந்தக் கடைகளில் வேலை செய்பவர்களில் ஒருவன் அவனைப் பார்த்துவிட்டான். முந்திய தினம் மாலையில் எப்படியிருந்தது என்று அவன் உடனேயே கேட்டுவிட்டான். தாங்கள் சொன்னது உண்மை தானே என்றும் கேட்டான். தான் பார்த்துவிட்டுவந்த மனிதன் செத்தபின் உயிர் தரப்பட்டவன் அவன் என்பதில் சந்தேகமில்லை என்றான் பாரபாஸ். ஆனால் அவனுக்கு என்ன தோன்றியது என்றால், செத்தவனைக் குருநாதர் பிழைப்பித்தது சரியான காரியமில்லை என்று தோன்றிற்று என்றான். அப்படி இறந்தவனை எழுப்ப குருநாதனுக்கு என்ன உரிமை இருந்தது? குயவனுக்கு பிரமை பிடித்ததுபோல் இருந்தது. அவன் வாயடைத்துவிட்டது. தங்கள் குருநாதனை இப்படி இவன் அவமதிக்கிறானே என்று கோபத்தால் அவன் முகம் வெளிரிட்டது. ஆனால் பாரபாஸ் திரும்பி தன்வழி போய்விட்டான். அங்கு நிற்கவில்லை.

செய்தி குயவர்கள் சந்தில் மட்டுமல்ல; எண்ணெய்க்காரர்கள் சந்து, தோல் பதனிடுவோர் சந்து, துணி நெய்பவர்கள் சந்து, மற்றும் எல்லாத் தொழிலாளர்கள் சந்துகளிலும் விஷயம் சீக்கிரம் பரவி விட்டது என்று தோன்றியது. சில நாள் கழித்து பாரபாஸ் அந்தப் பக்கம் போனபோது சிஷ்யர்களில் யாரும் அவனிடம் பழையமாதிரி நடந்துகொள்ளவில்லை. பேசவில்லை என்று அவன் கவனித்தான். பேச விருப்பமில்லாதவர்கள் மாதிரி இருந்தார்கள் அவர்கள். ஓரக் கண்களில் அவனை அளவு கடந்த சந்தேகத்துடன் பார்த்தார்கள். அவர்கள் அவனிடம் என்றும் நட்புப் பாராடியதில்லை என்பது உண்மைதான். ஆனால் இப்போது அவனிடம் தங்கள் அவ நம்பிக்கையை அருவருப்பை அவர்கள் தெளிவாகவே, தெரியக் காட்டினார்கள். உண்மையில் ஒருநாள் முன்பின் தெரியாத உலர்ந்து ஒட்டிய ஒரு மனிதன் அவனைத் தொட்டிழுத்து ஏன் அவன் தங்கள் மத்தியில் அடிக்கடி வந்து போய்க் கொண்டிருந்தான் என்று கேட்கவே கேட்டுவிட்டான். தங்களிடம் அவனுக்கு என்ன வேலை என்று கேட்டான். கோயில் பூசாரிகள் அனுப்பினார்களா? வேவு

பார்க்க? அல்லது ஸப்யூசிகள் அனுப்பினார்களா? பேச வாயில் லாமல் நின்றான் பாரபாஸ்! அந்தக் கிழவன் கேட்ட கேள்விக்கு என்ன பதில் சொல்வது என்றே அவனுக்குப் புரியவில்லை. அந்தக் கிழவனின் முகமே, வழுக்கைத்தலையே கோபத்தால் சிவந்துவிட்ட மாதிரி இருந்தது. அவனை அதற்குமுன் பாரபாஸ் பார்த்ததே இல்லை. அவன் துணிகளுக்குச் சாயம் தோய்க்கும் வேலை செய்பவன் போல இருந்தான்; அவன் காதில் ஓட்டையிட்டு அந்த ஓட்டையில் சிகப்பும் நீலமுமாக நூல்கள் கோர்க்கப்பட்டிருந்தன.

அவர்களுக்குத் தன்னிடம் கோபம் வந்துவிட்டது என்று அறிந்து கொண்டான் பாரபாஸ். முன்னைக்கிப்போது அவனைப் பற்றிய எண்ணங்கள் மாறிவிட்டன என்பதை அறிந்து கொண்டான் அவன். அவனைப் பார்த்தவர்கள் எல்லோரும் அவனை மட்டம் தட்டினார்கள். முகத்தைச் சுளுக்கிக் கொண்டார்கள். வேறு சிலர் அவனை முறைத்து முறைத்துப் பார்த்தார்கள். யார் எவன் என்று பார்த்தே அறிந்துகொள்ள விரும்புகிறவர்கள் மாதிரி உறுத்துப் பார்த்தார்கள். ஆனால் அவன் அதை யெல்லாம் கவனிக்காதவன் மாதிரி நடந்து கொண்டான்.

பிறகு ஒரு நாள் அதுவும் நடந்துவிட்டது, நம்புகிறவர்கள் வசித்த சந்துகளிலெல்லாம் செய்தி காட்டுத் தீ போலப் பரவியது. ஊர் பூராவுக்கும் விஷயம் தெரிந்துவிட்டது. அவன் தான்! அவன் தான்! குருநாதருக்குப் பதில் விடுதலை செய்யப்பட்டவன் அவன் தான்! தீர்க்கதரிசி, கடவுளின் மகன், குருநாதன்–அவருக்குப் பதில் விடுதலை செய்யப்பட்டவன் அவன்! பாரபாஸ் அவன்–இதுவரையில் சாகாமல் தப்பியவன்.

விரோதப் பார்வைகள் அவன் எங்கு சென்றாலும் அவனைப் பின்தொடர்ந்தன. எரியும் கண்களில் வெறுப்புடன் எல்லோரும் அவனைப் பார்த்தார்கள். அவன் எதிரில் இல்லாதபோது கூட அந்த வெறுப்பு துவேஷம் அவர்களை விட்டு மறைந்த மாதிரித் தெரியவில்லை. அங்கு அவன் அவர்கள் கண்ணில் படுவதில்லை என்று தீர்மானித்தான்.

"...விடுதலையடைந்த பாரபாஸ்! பாரபாஸ்! பாரபாஸ்! விடுதலை பெற்றவன் அவன்!"

அவன் தனக்குள், தன்மேல் ஓட்டுக்குள் ஒண்டிக் கொண்டான். யாருடனும் அவன் போவதில்லை. உண்மையில் அவன் இப்போதெல்லாம் வெளியே கிளம்புவது கூடக் கிடையாது. அந்தப் பருத்த ஸ்திரீயின் வீட்டிலே சந்தடி அதிகமாக இருந்த நேரங்களில் மாடிமேல், கூரைக்குக் கீழ் படுத்துக்கிடந்தான். இப்படியே ஒன்றன் பின் ஒன்றாக அவன் பல நாட்களைக் கழித்தான். எந்தக் காரியமும் செய்ய மனமில்லை அவனுக்கு. சாப்பிடக்கூட அவன் விரும்ப

வில்லை. யாராவது கொணர்ந்து தந்து சாப்பிடு என்று சொல்லா விட்டால், அதையும் அடியோடு மறந்தே போயிருப்பான் அவன். எதையும் அவன் லட்சியம் செய்ததாகத் தெரியவில்லை. எதிலும் அவன் மனம் ஈடுபடவே இல்லை.

பருத்த ஸ்திரீக்கு விஷயம் புரியவே இல்லை. அவளுக்கு எட்டாத விஷயம் அது. கேட்கவும் தைரியமில்லை அவளுக்கு. அவனைத் தொந்தரவு செய்யாமல் தனியே விட்டுவிடுவதுதான் சிறந்த வழி என்று எண்ணினாள் அவள். அதைத்தான் அவனும் விரும்பினான் என்று தோன்றியது. ஏதாவது பேசினாலும் அவள் இஷ்டப்பட்டால் சில சமயம் அவன் பதில் சொல்வான். எப்பவாவது ரகசியமாக ஒளிந்து நின்று பார்த்தால், கூரை மேட்டைப் பார்த்துக் கொண்டு அவன் சிந்தனையில் ஆழ்ந்திருப்பதைப் பார்க்க முடிந்தது. ஆமாம். அது விஷயம் அவளுக்குச் சிறிதும் புரியவில்லை. பைத்தியம் பிடித்துக் கொண்டிருந்ததா அவனுக்கு? ஏன்? அவளுக்குக் கொஞ் சமும் புரியவில்லை.

பிறகு ஒரு நாள் புரிகிற மாதிரி இருந்தது. பாரபாஸுக்குப் பதிலாக சிலுவையில் உயிர் நீத்த மனிதனிடம் நம்பிக்கை வைத்திருந்த பைத்தியக்காரர்களுடன் அவன் அளவளாவிக் கொண்டிருந்தான் என்பதை ஒருநாள் அகஸ்மாத்தாக அவள் கேள்விப்பட்டதும், விஷயம் அவளுக்குப் புரிகிற மாதிரி இருந்தது. அப்போதுதான் விஷயம் புரிந்தது. அவன் ஒரு மாதிரியாக இருந்ததற்குக் காரணம் இருந்தது. அந்தப் பைத்தியக்காரர்கள் பாரபாஸின் இன்றைய மனோநிலைக்கும் காரணம். தங்கள் பைத்தியக்காரத்தனமான உபதேசங்களை அவனுக்கும் அவர்கள் உருவேற்றிவிட்டார்கள் போலும்! அரைப் பைத்தியங்களுடன் உறவாடுகிறவன் தானும் அரைப் பைத்தியமாகாமல் வேறு என்ன தான் செய்ய முடியும்? அந்தப் பைத்தியக்காரர்கள்—அந்த மனிதர் தங்களையும் உலகையும் காப்பாற்ற வந்த உத்தமர் என்று அசட்டுத்தனமாக நம்பினார்கள். எப்படியோ அவர் தங்களுக்கு உதவி தரப்போகிறார் அவர் என்று அவர்கள் நம்பினார்கள்—கேட்டதை எல்லாம் தரப்போகிறார் அவர் என்று ஜெரூசலத்தின் அரசனாக ஆளப்போகிறவர் அவர் என்று நம்பினார்கள் அவர்கள். தாடி வளர்க்காத அந்நியர்களை மூட்டை கட்டி ஊருக்கு அனுப்பி விடுவார் அவர் என்று நம்பினார்கள் என்பது பற்றி அவளுக்கு அப்படி ஒன்றும் நிச்சயமாகத் தெரியாது. அவர்களுடன் போய்க் கலந்துகொள்ள அவனுக்கும் பைத்தியமா பிடித்துவிட்டது? அவர்களுக்கும் அவனுக்கும் என்ன சம்பந்தம்? ஆம் புரிந்தது அவளுக்கு. அவனைச் சிலுவையில் அறைந்து கொல்ல இருந்தார்கள். அவன் தப்பித்துக்கொண்டான் –ஆனால் அவனுக்குப் பதில் அந்த ஆசாமி உயிர் துறந்தார். அது பயங்கரமான விஷயம்

தான். அதைத் தனக்குத் தானே திருப்திகரமாக அவன் விளக்கிக் கொள்ள முயலுவது நியாயம்தானே? அவன் மேல் இதில் எதுவும் தவறில்லை என்று அவனுக்கே நம்பிக்கை வரவேண்டாமா? அப்படி அவனுக்குப் பதில் இறந்த மனிதர் எவ்வளவு சிரேஷ்டமானவர். அசாதாரணமானவர் என்று அவர்கள் ஒவ்வொரு விநாடியும் சுட்டிக்காட்டிக் கொண்டுதானே இருப்பார்கள்? எத்தனையோ பேர் அவரிடம் பூரணமான நம்பிக்கை வைக்கத் தயாராக இருந்தார் கள். அப்படிப்பட்ட ஒரு மனிதர் சிலுவையில் சாவதற்கு அவன் காரணமானது அவன்மேல் பிசகுதானே என்று அவர் சிஷ்யர்கள் எண்ணமாட்டார்களா? அசட்டுப்பிசட்டென்று பல எண்ணங்களை அவன் மனத்தில் உண்டாக்கிவிட்டார்கள் இந்த அசடர்கள்! தான் சாகவில்லையே என்று எண்ணி வருந்துகிற வருத்தத்திலேயே அவனுக்குப் பைத்தியம் பிடித்துவிடும்போல இருந்தது. அவருக்குப் பதில் தான் இறந்திருக்கவேண்டும் என்கிற எண்ணம் தோன்றி விட்டதோ அவனுக்கு? அப்படித்தான் இருக்கவேண்டும்! அதுதான் உண்மையாக இருக்கும்.

தான் சிலுவையில் அறையப்பட்டு உயிர் துறக்கவில்லையே என்கிற வருத்தம் தான் அவனுக்கு! அது இவ்வளவுதான் தெரியாமல் போய்விட்டதே அவனுக்கு! அசடன்! முட்டாள்! அவளுக்குச் சிரிப்புத்தான் வந்தது. தன்னுடைய அசட்டு பாரபாஸின் முட்டாள் தனமான எண்ணத்தை நினைக்கும்போது, அவளுக்குச் சிரிப்பு வராமல் என்ன செய்யும்? வார்த்தைகளில் அடக்க முடியாத ஹாஸ்யமன்றோ இது? இதெல்லாம் காரணமாகத்தான் அவன் என்னவோ போல இருந்தான்.

அது சரி, மற்றது எப்படியானாலும் கெட்டிக்காரத்தனமாக சாதாரணமாக இருக்க அவன் பழகிக் கொள்ள நாள் ஆக வில்லையோ? ஆவலுடன் பேசி அவனை மாற்ற வேண்டியது அவள் கடமை, அவள் பேசி அவன் மனத்தை மாற்ற வேண்டியது தான், இதெல்லாம் என்ன அசட்டுத்தனம்?

ஆனால் அவனுடன் அவள் பேசவேண்டிய அவசியமே ஏற்பட வில்லை. பேச உத்தேசித்தாள் அவள்–ஆனால் பேச அவகாசமே ஏற்படவில்லை. பாரபாஸிடம் அவனைப் பற்றிப் பேச உண்மை யிலேயே தைரியம் அதிகம் தான் வேண்டும்! பேச உத்தேசிப்ப தெல்லாம் சரிதான்–ஆனால் பேசத் துணிச்சல் வர வெகு கால மாகும்.

ஆகவே எல்லாம் வழக்கப்படியேதான் நடந்தேறியது. அவன் மனத்துயரத்துக்குக் காரணம் என்னவாக இருக்குமென்று ஆச்சரியப் பட்டுக் கொண்டே அவள் காலங் கழித்தாள். அவனுக்கு உடம்பு சரியாக இல்லையா? மனம் சரியாக இல்லையா? முன்னைக்கிப்

நற்றிணை பதிப்பகம் ● 61

பொழுது மெலிந்துவிட்டான். குடிப்பது சாப்பிடுவது எல்லாமே குறைந்துவிட்டது. முகத்திலே வடு ஒன்றுதான் சிவப்பாக இருந்தது –மற்றபடி முகம் தேய்ந்து, கண்கள் குழிந்து, முகமே வெளிரிட்டு விட்டது. பார்க்கவே பரிதாபமாக இருந்தான். அவன் முன் மாதிரி யெல்லாம் இல்லை. இப்படி முகத்தைத் தொங்கவிட்டுக்கொண்டு இருக்கற ஆசாமி யல்லவே அவன்! பாரபாஸ் இப்படியா இருப்பான்.

அது அவனில்லையோ? வேறு யாராகவாவது மாறி விட்டானோ? வேறு யாருடைய ஆவியாவது அவனைப் பற்றிக் கொண்டு இப்படி யெல்லாம் ஆட்டிவைத்ததோ? அவன் அவனில்லையோ? எப்படியோ மாறிவிட்டானே? அப்படித்தான் இருக்கும். அவனுக்குப் பதில் சிலுவையில் உயிர் நீத்த அந்த ஆசாமியின் ஆவி அவனைக் கெட்டி யாகப் பற்றிக்கொண்டு விட்டதோ? அந்த ஆசாமி பாரபாஸிடம் நல்லெண்ணம் கொண்டவன் அல்லன். உயிர் துறந்த அந்த ஆசாமி உயிர்துறந்த அந்த சமயத்தில் தன் ஆவியை அவன் உடலில் பிரவேசிக்கச் செய்து விட்டுப் போய்விட்டாரோ! இறக்க மனமில்லாத அந்த ஆசாமி, தப்பித்துக்கொண்டே பாரபாஸ் மேல் இப்படி வஞ்சம் தீர்த்துகொண்டாரோ? அப்படியும் இருக்கலாம்! அப்படித் தான் இருக்கும்! யோசித்துப் பார்க்கும்போது, தப்பி வந்த நாள் முதலே பாரபாஸ் இந்த மாதிரி ஒரு தினுசாகத்தான் இருந்து வந்திருக்கிறான், என்று எண்ணினாள் அந்தப் பருத்த ஸ்திரீ. அப்படித்தான் நடந்திருக்க வேண்டும் –அதுதான் சரியான விளக்கம். இதற்கெல்லாம் எப்படி அந்த குருநாதன் பாரபாஸுக்குத் தன் ஆவியைப் பிரவேசிக்கச் செய்திருக்க முடியும் என்று தான் அவளுக்குப் புரியவில்லை. கொல்கோதாவில் அவர் உயிர்விட்டபோது பாரபாஸ் அங்கு போனதாகத் தெரியவில்லையே! ஆனால் அவர் மஹா சக்திமான் என்றுதான் எல்லோரும் நம்பினார்கள். அது உண்மையானால் அதைத்தான் அவரால் செய்திருக்க முடியாது. பாரபாஸ் எங்கிருந்தாலும் அவன் உடலுக்குள் தன் ஆவியைப் பிரவேசிக்கத் செய்திருக்க மாட்டாரா அவர்? தன் விருப்பத்தை நிறைவேற்றும் சக்திவாய்ந்தவர் தான் அவர்.

தனக்கு நேர்ந்தது என்ன என்று பாரபாஸுக்கே தெரியுமோ தெரியுதோ! தனக்குள் ஒரு அன்னியனுடைய ஆவி புகுந்து கொண்டு விட்டது என்பதை அவன் அறிவானோ என்னவோ? தான் இறந்துவிட்டதையும் தனக்குள் அந்த ஆசாமியின் ஆவி புகுந்து உயிருடன் இருக்கிறது என்பதையும் அவன் அறிவானோ என்னவோ? அவனுக்கே தெரியுமோ இது?

அவனுக்கே இதெல்லாம்பற்றி நினைவே இல்லையோ என்னமோ? ஆனால் அவனுக்கு நினைவுண்டானால் என்ன, இல்லாவிட்டால் என்ன? முன்னைக்கிப்போது அவன் அவன் மிகவும் கேவலமாக

மாறிவிட்டான் என்பது சுலபத்தில் காணவே கிடந்தது. வேறு யாருடைய ஆவியோ புகுந்துகொண்டு அவனை மாற்றிவிட்டது – ஆட்டி வைத்துக் கொண்டிருந்தது. அவனுக்குத் தீங்கிழைக்கும் உத்தேசம் கொண்ட ஆவி அது.

அவனைப் பற்றி எண்ணி அவள் வருந்தினாள். அவனைப் பார்க்கவே சங்கோஜப்படுகிற அளவுக்கு அவள் வருந்தினாள். அவன் அவளைக்கவனித்ததாகவே தெரியவில்லை. எதையும் கவனிக்க அவனுக்கு அந்தச் சமயம் மனம் இருந்ததாகத் தெரிய வில்லை. அவளைப் பார்ப்பது கூட இல்லை அவன்– அவன் சிந்தனைகள் எல்லாம் வேறு எங்கேயோ இருந்தன. இரவுகளில் இப்போது அவள் தேவையில்லை அவனுக்கு. அவள் நெருங்கி வந்தாலும்கூட அவன் ஒதுங்கிப் போய் விடுவான். அதுதான் அவளால் சகிக்க முடியாத விஷயமாக இருந்தது. அவளைப் பற்றி அவன் சிறிதும் கவலைப்படுவதற்குத் தயாராக இல்லை என்பதையே அது சுட்டிக் காட்டிற்று. இந்த ஏழை அரசனைக் கொண்டு ஊசலாடிய மண்டு அவள்தான். இரவில் அழுதுகொண்டே படுத் திருந்தாள் அவள். இப்பொழுதெல்லாம் இந்த அழுகை எவ்விதமான திருப்தியையும் தரவில்லை அவளுக்கு. அதிசயம்தான்... இப்படிப் பட்ட துயரம் தன்னை மீண்டும் பாதிக்கலாம் என்று அவள் எண்ணியதே இல்லை.

எப்படி அவள் அவனை மீண்டும் அடைவது? அவனுள் புகுந்து கொண்டு அவனை ஆட்டி வைத்த அந்தச் சிலுவை மனிதரின் ஆவியைத் துரத்திவிட்டு அவனை மீண்டும் பழைய பாரபாஸ் ஆக்குவது எப்படி? ஆவியை ஓட்டுவது பற்றி அவளுக்கு ஒன்றும் தெரியாது. தவிரவும் இப்போது அவனைப் பிடித்துக் கொண்டிருந்த ஆவி சக்தி வாய்ந்த ஆவி என்பது தெரிந்தது அவளுக்கு. அந்த ஆவியைப் பற்றி அவளுக்கே பயமாகத்தான் இருந்தது. சாதாரணமாக எதற்கும் பயந்து விடுகிற சுபாவமுள்ளவள் அல்ல அவள். எனினும் இந்த ஆவி மிகவும் சக்தி வாய்ந்தது–பயப்பட வேண்டியது என்று பாரபாஸைப் பிடித்து ஆட்டிவைத்தது என்று எண்ணும்போதெல்லாம் ஆச்சரியமாகத் தான் இருந்தது. அவளுக்கு. சிலுவையில் இறந்த மனிதனுடைய ஆவி பலமுள்ள ஆவியாகத்தான் இருக்கும்.

இல்லை. அவள் பயந்தாள் என்றும் சொல்லிவிட முடியாது. சிலுவையில் இறந்தவர்களைக் கண்டால் அவளுக்குப் பிடிக்கவே பிடிக்காது என்பதுதான் பிரதான விஷயம். அது அவளுக்குப் பழகிய விஷயம் அல்ல, அவள் உடல் பெருத்தவள்–தாராளமான தசைப்பிண்டம் அவள். அவளுக்கேற்றவன் பாரபாஸ்தான். அதாவது உண்மையான சொரூபமுள்ள பாரபாஸ் தான் இப்போதைய பார பாஸ் அல்லன். சிலுவையில் இறக்காதது பாபம் என்கிற எண்ணம்

படைக்குமுன் இருந்த பாரபாஸ் தான் அவளுக்கு ஏற்றவன். அவன் தப்பியது பற்றி அவள் சந்தோஷப் பட்டாள். அவனோவென்றால் அதுபற்றி கவலையுற்றிருப்பது போல இருந்தது.

தன்னுடைய பெருந் தனிமையில் இப்படிப் பலவாறு எண்ண மிட்டாள் அந்த பருத்த ஸ்திரீ. ஆனால் கடைசியில் பாரபாஸைப் பற்றித் தனக்கு உண்மையில் ஒன்றுமே தெரியாதே என்று அவளுக்கும் ஞாபகம் வந்தது. அவனிடம் என்ன கோளாறு என்று அவளுக்குத் தெரியாது. சிலுவையில் இறந்தவனின் ஆவி தன்னைப் பிடித்துக் கொண்டிருக்கிறதா என்றும் அவள் அறிய மாட்டாள். எதுவுமே அவளுக்கு நிச்சயமாகத் தெரியாது. அவளுக்குத் தெரிந்ததெல்லாம் அவன் தன்னைக் கவனிப்பதில்லை, லட்சியம் பண்ணுவதில்லை என்பதொன்று தான். அவள் அவனைக் காதலித்தது அசட்டுத்தனம் என்று தோன்றிற்று அவளுக்கு. இதைப்பற்றி எண்ணும் போது அவளுக்கு அழுகையே வந்தது. பயங்கரமான தாளாத துயரத்தில் ஆழ்ந்தவளாகப் படுத்திருந்தாள் அவள்.

அவளுடன் வசித்தபோது அவன் இரண்டொருதடவை நகருக்குப் போய்விட்டு வந்தான். ஒரு சமயம் அகஸ்மாத்தாக ஒரு சிறிய குடிசையின் முன் நின்றான். இரண்டொரு பிறைகளைத் தவிர வீட்டுக்குள் வெளிச்சமும் காற்றும் வர வேறு வழியே யில்லை. தோல் பதனிடும் நாற்றம் எங்கும் பரவி நின்றது. தோல் பதனிடுபவன் குடிசை அது. அது தோல் பதனிடுபவர் சந்தில் இல்லை கெட்ரான் பள்ளத்தாக்குப் பக்கத்தில் கோயிலுக்குப் பின்னால் இருந்தது அது. கோயிலில் பலியிடப்படும் மிருகங்களின் தோல்களைப் பதனிட உபயோகப்பட்ட குடிசையோ என்னவோ அது. இப்போது அது உபயோகத்தில் இருந்த மாதிரித் தெரியவில்லை. ஆனால் அந்தத் தோல் வாசனையும் நாற்றமும் மட்டும் அகலவில்லை. தரையிலே மரப்பட்டையும் மற்றும் குப்பையும் கூளமும் தூசும் துப்பட்டையும் நிறைந்திருந்தது. அங்கு மிருகங்களும் பட்சிகளும் ஒதுங்கி அசுத்தப் படுத்தியிருந்தன. அதில் கால் வைத்துதான் நடக்கவேண்டும்.

பாரபாஸ் யார் கண்ணிலும் படாமல் அங்கு வந்து சேர்ந்தான். வாசற்படிக்குப் பக்கத்தில் ஒரு மூலையில் ஒண்டிக்கொண்டு உட்கார்ந்தான். உட்கார்ந்து உள் அறையில் பிரார்த்தனை செய்து கொண்டிருந்த ஜனங்களைப் பார்த்துக்கொண்டிருந்தான். சிலர் அவன் இருந்த இடத்திலிருந்து கண்களில் படவில்லை. வளைந்த மண்டபக் கூரை போன்ற கூரையிலிருந்து உள்ளே வந்த வெளிச் சத்தில் வெகு சிலருடைய உருவங்களே தெளிவாகக் கண்ணில் பட்டன. பிரார்த்தனை முணு முணுப்புத்தான் பெரிதாகக் காதில் விழுந்தது. பலர் அங்கிருந்தார்கள் என்பதை அறிவுறுத்தியது. சில சமயம் அந்த முணுமுணுப்பு ஒரு பக்கத்தில் அதிகரிக்கும் இன்னொரு

சமயம் இன்னொரு பக்கத்தில் அதிகரிக்கும். சில சமயம் எல்லோருமே திடீரென்று ஒருவன் எழுந்து தன் குருநாதனைப்பற்றி சாட்சி சொல்லத் தொடங்குவான் உரத்த குரலில். பரவசம் நிறைந்த குரலில் அவன் சொல்லுவான். மற்றவர்கள் பிரார்த்தனையை நிறுத்தி விட்டு, அவன்பக்கம் திரும்புவார்கள். அவன் வார்த்தை களிலிருந்து அதிக நம்பிக்கை பலம் பெறுவார்கள். அவன் சாட்சி சொல்லி முடித்ததும் மீண்டும் எல்லோரும் பிரார்த்தனை செய்யத் தொடங்குவார்கள் முன்னைவிட வேகமாகப் பிரார்த்தனை வார்த்தைகள் வெளிவரும். எழுந்து நின்ற சாட்சிகளின் முகங்களைப் பாரபாஸ் காண முடிந்தது. ஒரு தடவை அவன் அருகிலிருந்த ஒருவன் சாட்சி சொன்ன போது, அவன் மேலெல்லாம் வியர்வை ஆறாக ஓடியது என்று கவனித்தான் அவன். நடுத்தர வயதினன் அவன். சாட்சி சொல்லி முடிந்ததும், அவன் யார் தலைமேல் விழ, தரையை முத்தமிட்டான்; கடவுளின் மகன் மட்டுமல்ல–கடவுளும் ஒருவர் உண்டு என்பது அவனுக்கு அப்போதுதான் ஞாபகம் வந்தது போலும்.

அவனும் அப்புறம் எழுந்து சாட்சி சொன்ன குரல் அவனுக்குத் தெரிந்த குரலாக இருந்தது. திரும்பிப் பார்த்த பாரபாஸ். அது சிவப்புத் தாடியுடைய பெரிய உருவத்தவன் எழுந்து நின்று பேசுகிறான் என்று கண்டான். கலிலி பக்கத்திலிருந்து வந்தவன் அவன். அவன் பக்கத்துப் பாஷையில் பேசினான் அவன். அது அசட்டுத்தனமான பாஷை என்றுதான் ஜெரூசலத்து மக்கள் எல்லோரும் எண்ணினார்கள். இருந்தும் மற்றவர்களைக் கேட்பதை விட அதிகக் கவனத்துடன் அவன் சொல்வதைக் கேட்டார்கள் கூடியிருந்த ஜனங்கள். உண்மையில் அவன் சொன்னதில் விசேஷமாக எதுவும் இல்லை என்று தான் சொல்ல வேண்டும். மிகவும் சாதாரண மான விஷயங்களைத்தான் சொன்னான் அவன். தன்னுடைய குருநாதனைப்பற்றி முடிவில் பேசினான் அவன்–குருநாதன் என்று தவிர வேறுவிதமாக அவரைக் குறிப்பிடவில்லை அவன். தன்னை நம்புகிறவர்கள், தனக்காக எத்தனையோ விதமான சிரமங்களைக் கஷ்டங்களைப் படவேண்டியிருக்கும் என்று குருநாதர் சொன்னதாக அவன் சொன்னான். இப்படி நேர்ந்தால், படவேண்டியதை பொறுமையுடன் படுவது என்று தீர்மானித்துக் கொள்ளவேண்டும். குருநாதரே எப்படி அல்லல்பட்டு கஷ்டப்பட்டு அத்தனையும் சகித்துக் கொண்டார் என்பதையும் ஞாபகத்தில் வைத்துக் கொண்டு படவேண்டியது தான் என்றான் அவன்.அவர்களை அவருடன் ஒப்பிடுவது தவறுதான்–அவர்கள் பலமற்றவர்கள்; வெறும் மனிதர் கள்தான்–அவரைப்போல் சக்தி வாய்ந்தவர்களல்ல. அப்படியிருந்தும் அவர்களும் தங்கள் கஷ்டங்களைச் சகித்துக் கொள்ளத்தான்

முயலவேண்டும் – நம்பிக்கையை இழந்துவிடாமல் அவரை மறுக்காமல் சகித்துக் கொள்ளவேண்டும் என்றான். இவ்வளவுதான். தனக்குச் சொல்லிக்கொள்கிறமாதிரியே விஷயத்தை மெதுவாக அழுத்தம் அதிகமில்லாமல் சொன்னான் அவன். அவன், முடித்த போது, அங்குக் கூடியிருந்தவர்களுக்கு அவன் பேச்சில் ஒரு அதிருப்தி ஏற்பட்டதுபோல் இருந்தது. இதைக் கவனித்த அவன். குருநாதரே சொல்லித் தந்த ஒரு பிரார்த்தனையை இப்போது சொல்லுகிறேன் என்று சொன்னான்.

அதற்குப் பிறகு அங்குக் கூடியிருந்தவர்களிடையே ஒரு திருப்தி ஏற்பட்டதுபோல் இருந்தது. சிலர் அந்தப் பிரார்த்தனையைக் கேட்டு பரவசமடைந்தது போல இருந்தது. பரஸ்பரம் பரவச மூட்டிக் கொண்டு பிரார்த்தனையை முடித்துவிட்டு அவன் நின்றபோது, அவனைப் பாராட்டத் திரும்பிய மக்களில் அன்று “இங்கு வராதே அயோக்கியா” என்று தன்னை விரட்டியவர்களும் இருந்தார்கள் என்று கண்டான் பாரபாஸ்.

பின்னர் இன்னும் இரண்டொருவர் அவனுக்கு “சாட்சி” சொன்னார்கள். ஏதோ ஒரு மனத்தை மயக்கிய நிலையில், போதையில் அகப்பட்டுக்கொண்டவர்கள் போல, அங்கிருந்தவர்கள் உடம்பை முன்னும் பின்னும் ஆட்டிக் கொண்டு இருந்தார்கள். தன் மூலையில் உட்கார்ந்தபடியே பாரபாஸ் நடப்பதையெல்லாம் கவனித்துக் கொண்டிருந்தான்; சிறு விஷயத்தையும் அலட்சியம் செய்யாமல் அவன் கவனித்துக் கொண்டான்.

திடீரென்று அவனுக்குத் தூக்கி வாரிப்போட்டது. வெளிச்சத்திலே எழுந்து நின்று அந்த மேலுதடு பிளந்த பெண்ணைப் பார்த்தான் அவன். பலகை போலிருந்த மாரில் கைகளை அழுத்திக் கொண்டு, வெறுத்த முகத்துடன் அவள் எழுந்து நின்று சாட்சி சொன்னாள். கல்லறையண்டை பார்த்ததற்குப் பிறகு அவன் அவளைப் பார்க்கவேயில்லை. அவள் இப்போது இன்னும் துரும்பாக இளைத்து, பார்க்கப் பரிதாபமாகப் போய்விட்டாள். அவள் அணிந்திருந்த கந்தல்கள் முன்னைக்கிப்போது மோசமாக இருந்தன. பட்டினி கிடந்து அவள் கன்னங்களில் ஒடுக்கு விழுந்திருந்தது. ஒவ்வொருவரும் ஆச்சரியத்துடன் அவளைப் பார்த்தனர். யார் அவள் என்று ஆச்சரியப்பட்டனர். ஒருவருக்கும் அவளைத் தெரியாது என்றே தோன்றிற்று. அவள் விஷயத்தில் ஏதோ விசித்திரம் இருக்கிறது என்று எண்ணினார்கள் அவர்கள். அது என்ன என்று தான் யாருக்கும் தெரியவில்லை. அவள் என்ன சாட்சி சொல்லப் போகிறாள் என்று அவர்கள் சிந்தித்தது அவர்கள் முகத்திலே தெரிந்தது.

எதற்காக அவள் சாட்சி சொல்ல விரும்பினாள்? என்று தன்னையே கேட்டுக்கொண்டான் பாரபாஸ். அவள் அதற்குத் தகுதியேயற்றவள் என்பது அவளுக்கே தெரிந்திருக்க வேண்டுமே! அவனுக்கும் அதற்கும் எவ்வித சம்பந்தமும் இல்லை என்றும் அவனுக்கு மிகவும் பதட்டமாக இருந்தது. ஏன் அவள் சாட்சி சொல்ல எழுந்தாள்?

அதுபற்றி அவளே மனசந்துஷ்டியுடன் இருந்த மாதிரித் தெரிய வில்லை. கண்களை மூடிக்கொண்டு, யாரையும் பார்க்க மனமில்லாத வள் போல நின்றாள்? எதற்காக அவள் இந்த வம்பிலெல்லாம் மாட்டிக்கொள்ளவேண்டும். அவசியமே இல்லாதபோது ஏன் எழுந்து நின்றாள் அவள்?

உடனே அவள் சாட்சி சொல்லத் தொடங்கினாள். தெளிவாகத் தெரியாத வார்த்தைகளில் அவள் தன் பிரபு, குருநாதன் சக்திகளுக்கு சாட்சி சொன்னாள். அதில் மனத்தை உருக்க எதுவுமில்லை வழக்கத்தையும்விடத் தெளிவில்லாமலும் தயக்கத்துடனும், பேசினாள் அவள். பலர் முன் எழுந்து நின்று பேசி அவளுக்குப் பழக்கமே கிடையாது. அவள் பேசியது அவ்வளவாகத் திருப்தி தரவில்லை என்பது தெளிவாகவே தெரிந்தது. இது தயக்கம் தருகிற விஷயம் என்று அவர்கள் எண்ணினார்கள். சிலர் வெட்கத்துடன் முகத்தைத் திருப்பிக் கொண்டார்கள். “பிரபுவே! நீர் சொன்னபடியே நான் இப்போது உங்களுக்காகச் சாட்சி சொல்லிவிட்டேன்” என்று சொல்லி முடித்தாள் மேலுதடு பிளந்த அந்தப் பெண். தரையில் சாய்ந்து யார் கண்ணிலும் படாமல் பதுங்கிக்கொள்ள முயன்றாள்.

ஒருவரை ஒருவர் பார்த்துக் கொண்டனர் அவர்கள் ஒரு புரியாத புதிரின் முன் நிற்பவர்கள் போலப் பார்த்துக் கொண்டார்கள். அவர்கள் செய்கிற காரியத்தை அவள் கேலி செய்தாளோ என்று சந்தேகம் போலும் அவர்களுக்கு. அப்படித்தான் கேலி செய்தாளோ அவள்? அதற்குப் பிறகு கூட்டத்தை முடித்து விடுவதுதான் சரி என்று அவர்களுக்குத் தோன்றியது போலும். இங்கு வராதே காலிப்பயலே” என்று பாரபாஸை விரட்டிவர்களில் ஒருவன் எழுந்து நின்று இப்பொழுது கலையலாம் என்று அறிவித்தான். நகரில் சந்திக்காமல் இங்கு இப்படி ரகசியத்தில் அவர்கள் சந்தித்ததற்கும் காரணம் அவர்களுக்குத் தெரியுமென்றும், அடுத்த தடவை வேறு ஒரு இடத்தில் சந்திக்கலாம் என்று சொன்னான் அவன். எங்கே சந்திப்பது என்றுதான் நிச்சயமாகவில்லை. உலகத்தின் தீம்புகள் எதுவும் எட்டாத ஒரு இடத்தில் அவர்கள் சந்திக்கலாம்–கடவுள் இடம் காட்டுவார்–கடவுளின் மகன் தங்களைக் கைவிட்டுவிட மாட்டார் என்று சொல்லி முடித்தான் அவன். அவர் தான் நமது மந்தைக்குத் தலைவன்–ஆடு எதற்கும் கெடுதி நேராமல் அவர் பார்த்துக்கொள்வார் என்று முடித்தான்...

மேலே அவன் பேசியதைக் கேட்க பாரபாஸ் அங்கு நிற்க வில்லை. மற்றவர்கள் கிளம்புமுன் அவன் கிளம்பி வெளியேறி விட்டான். இதெல்லாம் விட்டு எங்காவது போய்விட்டால் நல்லது என்று எண்ணினான் அவன்.

அந்த நினைப்பே அவனுக்கு வாயிலெடுக்க வரும் போல இருந்தது.

அதிகாரிகள் குருநாதரிடம் நம்பிக்கை வைத்தவர்களைத் தொந்தரவு செய்யத் தொடங்கினார்கள். கிழட்டுக் குருடன், இப்போது பெரு மூச்சுவிடும் வாலிபன் கையைப் பிடித்துக்கொண்டு, அதிகாரி கள் முன் போய் ஒரு பிராது கொடுத்தான்– ஸான் ஹெட்ரின் அதிகாரிகளிடம் சொன்னான் அவன்.

“காணிமேட்டு வாசலண்டையில் ஒரு ஸ்திரீ நமது புராதன மதத்தையும் நம்பிக்கைகளையும் கேலி செய்கிற வகையில் வதந்தி களைப் பரப்பிக் கொண்டிருக்கிறாள். உலகைக் காப்பாற்ற ஒருவர் வந்து போவதாக அவள் சொல்லிக் கொண்டு திரிகிறாள். இப் போதுள்ள எல்லாவற்றையும் அழித்துவிட்டு அவர் புதிய ஒரு உலகத்தைச் சிருஷ்டிக்கப் போகிறார் என்று சொல்லுகிறாள். அவரிஷ்டப்படியே இப்புது உலகம் அமையுமாம் அவளைக் கல்லாலடிக்க வேண்டாமா!”

அதிகாரி, தர்மா தர்மத்தில் நம்பிக்கையுள்ளவன். இப்படிப் பிராது கொடுக்குமுன் விவரங்களைப் பூராவும் சொல்லவேண்டும் என்றான். முதலில் எப்படிப்பட்ட குருநாதர் அவர் என்று அவள் சொன்னாள்? வேறு பலரையும் அந்தக் குருநாதனிடம் நம்பிக்கை வைத்ததற்காகக் கல்லாலடித்திருக்கும்போது, இவளை மட்டும் விட்டு விடுவது தப்பு என்றான் குருடன். அவளையும் அடித்துக் கொல்வது நியாயம் என்றான் குருட்டுக் கிழவன். எல்லா ஜனங் களையும் குஷ்டரோகிகளையும் கூடக் காப்பாற்றுவார் அந்த குருநாதன் என்று அவள் சொல்லத் தானே காதால் கேட்டதாக அவன் சொன்னான். மற்றவர்களைப் போல அவர்களையும் சாதாரண மனிதர்களாக்கிவிடுவார் தங்கள் குருநாதன் என்றான் அவன். குஷ்டரோகிகளும் மற்றவர்களைப் போலாகிவிட்டால், உலகம் என்ன ஆகும்? மனிதன் கூட அடிக்காமல் அவர்கள் சுயேச்சையாகத் திரிய ஆரம்பித்து விட்டார்களானால் உலகத்து வியாதியற்ற மனிதர்கள் எல்லாம் என்ன ஆவார்கள்? இப்படித் தவறான அபிப்பிராயங்களைப் பரவ விடுவதற்குத் தண்டனை விதிக்க வேண்டாமா என்றான் கிழவன்.

இருட்டில் சிறிது தூரத்தில் தன் தாடியை உருவிக் கொண்டு நீதிபதி உட்கார்ந்திருப்பதைக் கிழவன் உணர்ந்தான். அவள் அந்த

ஸ்திரீ சொல்வதை யாராவது நம்பினார்களா? என்று அவனை நீதிபதி கேட்டான்.

"நம்புவதற்கு ஆளில்லாமலா?" என்றான் கிழவன். "காணி வாசலண்டை உள்ள நோயாளிகள் எத்தனையோ பேர்வழிகள் அவளை நம்பத் தயாராக இருக்கின்றனர். இந்தமாதிரிக் கட்டுக் கதைகளை நம்ப ஆள் கிடைக்காமலா போய்விடும். அதுவும் குஷ்டரோகிகள் இதை நம்பத்தயாராக இருந்தனர். அவள் குஷ்ட ரோகிகளுடன் நெருங்கிப் பழகுகிறாள். குஷ்டரோகிகளில் பலர் அவளுடைய காதலர்கள் என்றும் சொல்லுகிறார்கள். அவள் கன்னிப்பெண் அல்ல. இப்போதுதான் ஒரு குழந்தையைப் பெற்று அதைக் கழுத்தை நெறித்துக் கொன்றுவிட்டாள். எனக்கு இதுபற்றி நிச்சயமாகத் தெரியாது. பிறர் சொல்லக் கேட்டதுதான். எனக்குக் கண்களில்லையே தவிர, காதுகள் சரியாகத்தான் இருக்கின்றன. பிரபுவே, குருடனாக இருப்பவன் துரதிருஷ்டசாலி. நான் மகா துரதிருஷ்டசாலி..

நீதிபதி இன்னும் விடாமல் விசாரித்தார். உலகைக் காப்பாற்ற வந்தவர்–அதாவது சிலுவையில் உயிர் நீத்த அந்த மனிதர்பற்றி அவன் சொன்ன விஷயங்களை நம்பி, புதிதாகச் சிஷ்யர்கள் சேர்ந் தார்களா அவர் கொள்கைகளுக்கு? என்று விசாரித்தார் நீதிபதி.

"நிறையவே புது சிஷ்யர்கள் ஏற்பட்டார்கள்" என்றான் கிழவன். "ரோகிகள், ரோகம் நீங்க விரும்புவது சகஜம் தானே! அவர்களை யெல்லாம் குருநாதர் சொஸ்தப்படுத்தி விடுவார் என்று அவள் சொன்னாள். உலகில் அதற்குப் பிறகு துயரமே இராது என்கிறாள் அவள். ஆனால் சில நாட்களாக அங்குள்ளவர்களுக்கு அவளிடம் கோபம்தான். வரப்போகிறார், வரப்போகிறார் என்று எத்தனை நாள் நம்பிக்கொண்டு காலங்கடத்துவது என்று அவர்கள் அவளைக் கோபித்துக்கொண்டார்கள். பலர் அவளைக் கேலி செய்கிறார்கள். எனினும் குஷ்டரோகிகளுக்கு அவளிடம் அபார நம்பிக்கை. இரவு பூராவும் தூங்காமல், மற்றவர்களையும் தூங்கவிடாமல், அவள் தன் குருநாதன் சார்பில் சாட்சி சொல்லிக் கொண்டே இருக்கிறாள். குஷ்டரோகிகள், குருநாதர் வந்துபோனபின், கோயிலுக்குள் கூடப் போகலாம் என்று அவள் சொல்லுகிறாள்!"

"குஷ்டரோகிகள்!"

"ஆமாம்."

"இப்படி அசட்டுத்தனமாக அவள் பேசலாமோ?"

"அவளா பேசுகிறாள்! அவள் குருநாதர் சொன்னதாக அவள் சொல்லுகிறாள். எதையும் சொல்லிச் செய்ய அவளுக்குச் சக்தி உண்டாம். ஏனென்றால் அவர் கடவுளின் மகனாம்!"

“கடவுளின் மகனா?”

“ஆம்.”

“அப்படிச் சொல்கிறாளா அவள்?”

“அப்படித்தான் சொல்கிறாள் அவள். அது வெறும் புரட்டு. கடவுளையே அவமதிப்பதாகும் அது. சிலுவையில் அறையப்பட்டு உயிர்நீத்தவன் அவர் எப்படிக் கடவுளின் மகனாக முடியும்? குற்றவாளியாகத் தண்டிக்கப்பட்டவன் எப்படி கடவுளின் மகனாக முடியும்? அவனைத் தண்டித்தவர்களுக்குத் தெரியாத விஷயமா?”

“அவனைத் தண்டித்தவர்களில் நானும் ஒருவன்.”

“அப்படியானால் அவனைப்பற்றித் தங்களுக்கு எல்லாம் தெரியுமே?”

சிறிதுநேரம் அங்கு மௌனம் நிலவியது. கை விரல்களால் தாடியைத் தடவிக்கொண்டு நீதிபதி உட்கார்ந்ததை உணர்ந்தான் கிழவன். பிறகு நீதிபதி சொன்னார் “அந்த ஸ்திரீயை மதக் கவுன்சில் முன் கூப்பிட்டு, அவள் நம்பிக்கையை ஸ்திரப்படுத்தி ருஜூப்படுத்திச் சொல்லி விசாரிக்கவேண்டும்” என்றான் அவர். நன்றி தெரிவித்து விட்டுப்போனான் கிழட்டுக் குருடன். சுவரைக் கையால் தடவிக் கொண்டே தட்டித் தடுமாறி வெளியேறினான். முன் அறையில் அந்த வாலிபனுக்காகக் காத்திருக்கும் போது நீதிபதி வந்து இன்னொரு கேள்வி கேட்டான். “கிழவனுக்கும் அந்த ஸ்திரீக்கும் ஏதாவது விரோதம் உண்டா? அவள் மேல் அவனுக்கு ஏதாவது கோபம் உண்டா?” என்று.

“கோபமா? விரோதமா?” என்றான் கிழவன். “அதெல்லாம் ஒன்றுமில்லை. எனக்கு யாரிடமும் ஒரு கோபமும் விரோதமும் கிடையாது. அவர்களில் யாரையும் நான் பார்த்தது கூடக் கிடையாது. எனக்கென்ன அவர்களிடம் கோபம்?”

வெளியேறிய கிழவன், பெருமூச்சு விட்டுக்கொண்டே, நின்ற வாலிபனின் கையைப் பிடித்துக்கொண்டே இருப்பிடம் போய்ச் சேர்ந்தான்.

மேலுதடு பிளந்த பெண்ணைப் பார்த்துத் தண்டித்து விட்டார்கள். நகருக்குக் கொஞ்சம் தெற்கேயிருந்த கல்லெறிக் குழிக்கு அவளை இட்டுச் சென்றார்கள். கூச்சல் போட்டுக் கொண்டு ஒரு பெரிய கும்பல் அவளைப் பின் தொடர்ந்தது. கோயிலைச் சேர்ந்த சின்ன அதிகாரி சில மனிதர்களுடன் தண்டனையை நிறைவேற்றி வைக்க உடன் வந்தான். கோயில் அதிகாரியும் அவன் ஆசாமிகளும் பின்னிய தாடியுடனும் தலைமயிருடனும் மார்பிலே துணியில்லாமல், கையில் ஆணிதைத்த தோல் வார் சாட்டையுடன் வந்தார்கள். கல்லெறி

குழியை அடைந்ததும் அவளை ஒரு கோயில் அதிகாரி குழிக்குள் அழைத்துச் சென்றான். கூட வந்த கும்பல் குழியின் ஓரத்தில் நெருக்கமாக நின்றது. குழியிலே கற்கள் நிரம்பியிருந்தன. குழியின் அடியிலே இரத்தம் தோய்ந்து கருத்திருந்தது.

அந்த அதிகாரிகளின் தலைவன் எல்லோரையும் மௌனமாக இருக்கச் சொல்லிவிட்டு. தண்டனையை வாசித்தான். இப்படித் தண்டனை விதிக்கப்பட்டதற்குக் காரணத்தையும் விளக்கினான். அவளைக் குற்றம் சாற்றிய காரணத்தையும் விளக்கினான். அவளைக் குற்றம் சாற்றியவன்தான் முதல் கல்லை எடுத்து அவள்மேல் எறிய வேண்டும் என்றான். குழி ஓரத்துக்கு அந்தக் குருட்டுக் கிழவனை அழைத்து வந்து நிறுத்தினார்கள். விஷயத்தைச் சொன்னார்கள். ஆனால் அவன் அதைக் காதில் வாங்க மறுத்தான்.

"அவளைக் கல்லாலடிப்பானேன் நான்? அவளுக்கும் எனக்கும் என்ன சம்பந்தம்? நான் அவளைப் பார்த்தது கூட இல்லையே!" என்றான்.

இதுதான் சட்டம் – அவன் தப்பித்துக்கொள்ள முடியாது என்று அவனுக்கு விளக்கப்பட்டது. அப்படியானால் செய்யவேண்டியது தான் என்று முணு முணுத்துக் கொண்டே கை நீட்டி யாரோ கொடுத்த கல்லைக் கையில் வாங்கினான். கல்லைக் குழிக்குள் எறிந்தான். மறுபடியும் ஒரு கல்லை எறிந்தான். ஆனால் அவள் எங்கிருந்தாள் என்பதே அவனுக்குத் தெரியாது. எங்கும் அவனைப் பற்றிய வரையில் ஒரே இருட்டுத்தான். அவன் எறிந்த கல் ஒன்றும் அவள் மேல் படவில்லை. குருட்டுக் கிழவனுக்குப் பக்கத்தில் குழியில் நின்ற ஸ்திரீயை விட்டுக் கண்களை எடுக்காமல் நின்றான் பாரபாஸ். குருடனுக்கு கல்லெறிய உதவி செய்ய ஒருவன் முன் வந்ததை இப்போது பார்த்தான் பாரபாஸ். வயதானவன்–கோயிலில் கணக் கெழுதுபவர்களில் ஒருவன் அவன் என்று எண்ணினான். மதபோதகர்களின் விதிகளைத் தோலில் பொறித்து நெற்றியில் அணிந்திருந்தான் அவன். குருடனின் கையைப் பிடித்து அந்தப் பெண்ணைக் கல்லாலடிக்க முயன்றான் அவன். கல் இப்பவும் குறி தவறிவிட்டது. நடக்கப்போவது என்னவென்று பளபளக்கும் கால்களுடன் காத்திருந்தாள் மேலுதடு பிளந்த அந்தப் பெண்.

உண்மையான நம்பிக்கைகள் உள்ள அந்தக் கோயில் கணக்குப் பிள்ளைக்குக் கோபமே வந்துவிட்டது. குனிந்து ஒரு பெரிய கூரான கல்லை எடுத்து, கிழட்டுக் கைகளில் உள்ள பலம் பூராவும் உபயோகித்து அந்தப் பெண்மேல் எறிந்தான். அது அவள் மண்டை யில் தாக்கியது. அவள் தடுமாறினாள். மெலிந்த கைகளால் அந்த வலியைத் தடுக்க முயலுபவள் போலக் கைகளைத் தூக்கினாள். இதைக் கண்ட கும்பல், இதுதான் சரி என்று ஆரவாரம் செய்து

நற்றிணை பதிப்பகம் ● 71

கொண்டு, அவரவர்கள் கற்களைப் பொறுக்கி அவளை அடிக்கத் தொடங்கினர். முகத்தில் அளவு கடந்த அதிருப்தியுடன் நின்ற கிழட்டுக் கணக்குப் பிள்ளையை அணுகி, பாரபாஸ் அவன் மேல் போர்வையை அகற்றி விட்டு, வயிற்றில் கத்தியால் குத்திக் கிழித்து அவனைக் கொன்றுவிட்டான். யாரும் இதைக் கவனிக்கவில்லை; குழிக்குள் நின்ற ஸ்திரீயின்மேல் கல் எறிவதில் ஈடுபட்டிருந்தது கும்பல்.

குழி ஓரத்துக்குப் போய்ப் பார்த்தான் பாரபாஸ். குழியில் நிற்க மாட்டாமல் நாலடி எடுத்து வைத்துத் தடுமாறினாள் மேலுதடு பிளந்த அவள். கைகளை முன்னால் நீட்டிக்கொண்டு அவள் பதறினாள்.

“வந்து விட்டார்! அவர் இதோ வந்து விட்டார். அணுகி வந்துவிட்டார். தெரிகிறது எனக்கு!”

பிறகு அவள் மண்டியிட்டாள். யாருடைய உடையின் ஓரத்தையோ பிடித்துக் கொண்டவள் போலக் கை நீட்டிப் பற்றிக் கொண்டாள்;

“பிரபுவே! எப்படி உனக்கு நான் சாட்சி கூற முடியும்? என்னை மன்னித்துவிடு! மன்னி!”

அப்படியே மேலும் விழுந்து கொண்டிருந்த கற்களைத் தாங்கிக் கொண்டு சாய்ந்து இறந்துவிட்டாள்.

இதெல்லாம் முடிந்த பிறகு. குழியின் ஓரத்திலே ஒரு மனிதன் செத்துக் கிடப்பதை அருகிலிருந்தவர்கள் கண்டார்கள். ஒருவன் திராட்சைப்பழத் தோட்டத்துப் பக்கம் ஓடி மறைவதையும் கண்டார் கள். கோயில் அதிகாரிகளில் சிலர் ஓடுகிறவனைத் துரத்தினார்கள். ஆனால் அவனைக் கண்டுபிடிக்க முடியவில்லை. எங்கேயோ மறைந்துவிட்டான் அவன்.

இருட்டிய பின் கல்லெறிக் குழியண்டை திருட்டுத்தனமாகப் போனான் பாரபாஸ். அதற்குள் இறங்கினான். இருட்டில் எதுவும் கண்ணில் படவில்லை; தட்டித் தடவித்தான் கண்டுகொள்ள வேண்டியதாக இருந்தது. குழியின் அடியில் அவள் இறந்த பிறகும் எறியப்பட்ட பல கற்களுக்கு அடியில் அவள் சவத்தைக் கண்டான் அவன். அவள் உடலில் கனமேயில்லை. பஞ்சுபோலிருந்த அந்த உடலைத் தூக்கிக்கொண்டு கரையேறினான் அவன். இருட்டில் அந்த உடலுடன் நடந்தான்.

மணிக்கணக்காகத் தூக்கிக் கொண்டு நடந்தான் அவன். சில சமயம் உட்கார்ந்து சிரமபரிகாரம் செய்து கொண்டான். தரையில் தன் முன் அந்த உடலைக் கிடத்திக் கொண்டு உட்கார்ந்திருந்தான். வானத்தில் மேகங்களைக் காற்று அடித்து விரட்டிவிட்டது. நட்சத்

திரங்கள் சுடர்விட்டுக் கொண்டிருந்தன. அவள் முகத்தில் அதிக மாகக் காயங்கள் படவில்லை. உடலெல்லாம் ரத்தவிலாறாக இருந்தது. உயிரோடிருக்கும் போதிருந்ததை விட இப்போது அவள் முகம் அதிகமாக வெளுத்திருந்தது. ஆனால் அது சாத்தியமில்லை என்றுதான் சொல்ல வேண்டும். அவள் முகம் கண்ணாடிபோலத் தெளிவாக இருந்தது. அவள் மேலுதட்டுப் பிளவுகூட மறைந்து விட்ட மாதிரி இருந்தது. இப்போது அது அவ்வளவு முக்கியமல்ல தானே!

தான் அவளைக் காதலிப்பதாகச் சொல்ல எண்ணிய நாளை நினைவுப்படுத்திப் பார்த்துக் கொண்டான் அவன். அவன் அவளை நெருங்கி அணைத்துக் கொண்டபோது–ஆனால் அந்த நினைவை அவன் மனத்திலிருந்து அகற்றி தூர வைத்துவிட எண்ணினான்... தன்னைக் காட்டிக் கொடுக்காதிருக்க வேண்டும் அவள் என்பதற்காக அவன் அவளைக் காதலிப்பதாகச் சொன்ன சந்தர்ப்பதை எண்ணிப் பார்த்தான் அவன்.

அச்சமயம் அவள் முகம் ஒளிகாட்டிப் பிரகாசித்தது? யாரும் தன்னைக் காதலிக்க முடியும் என்று அவள் நினைத்ததே கிடையாது! அதைக் கேட்பதே அவளுக்குப் பரம ஆனந்தமாக இருந்தது. அது பொய்யென்று தெரிந்தும், கேட்டு ஆனந்தித்தாள் அவள் அல்லது நிஜம் என்றே தான் நம்பினாளோ? அவனிஷ்டப்படி நடக்க அவள் தயாராக இருந்தாள்–அதுதானே அவனுக்கு வேண்டியது? திருட்டுத் தனமாக உயிர்வைத்துக்கொள்ள அவனுக்கு உணவு கொணர்ந்து தந்தாள் அவள் ஒவ்வொரு இரவும், போதுமென்கிற அளவுக்கு அவள் உடலையும் அனுபவித்தான் அவன். வேறு பெண் யாரும் கிடைக்காததால் அவன் அவளோடு சரஸமாட வேண்டியதாக இருந்தது. அவள் குரலும், பேச்சும், மேலுதடும் அவனுக்கு எரிச்ச லூட்டின எனினும் வேறு வழியில்லாமல் அவன் அவளை நெருங்கி வாழவேண்டியிருந்தது. அவன் கால் சரியான பிற்பாடு அவன் சொல்லாமல் தன் வழி போய்விட்டான். வேறு என்ன செய்ய முடியும் அவன்?

சந்திரனின் மங்கிய செத்த வெளிச்சத்தில் எதிரில் பாலைவனம் விரிந்து கிடப்பதைப் பார்த்தான் அவன். உயிரற்ற, புல்பூண்டற்ற வனம் அது. நாலு பக்கமும் இப்படியேதான் பாலைவனம் பரந்து கிடந்தது. அதைப் பார்க்காமலே நன்கு தெரியும் அவனுக்கு.

ஒருவரை ஒருவர் நேசியுங்கள்......

அவள் முகத்தை மீண்டும் பார்த்தான். பிறகு அந்த உடலைக் கையில் தூக்கிக் கொண்டு மலைச்சரிவிலே ஏறினான்.

அது ஒட்டகங்களும் மட்டம் குதிரைகளும் கழுதைகளும் ஜூபி பாலைவனத்தைத் தாண்டி மோவபைட்களின் பிரதேசத்துக்குச் செல்லும் பாதை. பாதையிலே கண்ணைக் கவர எதுவும் கிடையாது. எங்காவது மிருகங்கள் சாணி போட்டிருக்கும்–அல்லது வழியில் விழுந்து செத்த மிருகத்தின் எலும்புகளை மட்டும் விட்டுவிட்டுக் கழுகுகள் மற்றதெல்லாவற்றையும் தின்றிருக்கும். வளைந்து வளைந்து சென்றது பாதை. பாதி இரவு, சரிவில் ஏறினான். பிறகு இறங்கத் தொடங்கினான். இனி அதிக தூரம் போக வேண்டியதில்லை அவன். இரண்டொரு குறுகிய குன்றுப் பாதைகளை, பின்பிற்றி, முந்தியதைவிட நிர்மானுஷ்யமான இன்னொரு பாலைவனப் பிரதேசத்தில் கால் வைத்தான். பாதை அப்பாலைவனத்தையும் கடந்து சென்றது – ஆனால் அலுத்துப்போய் கொஞ்ச நேரம் உட்கார்ந்து இளைப்பாறினான் அவன். இளைப்பாற நேரமிருந்தது– அவன் போக எண்ணிய இடம் இனி அதிக தூரம் இல்லை.

அந்த இடத்தை அவனால் கண்டுபிடிக்க முடியுமா? அல்லது அந்தக் கிழவனைத்தான் கேட்க வேண்டுமா? கிழவனைப் பார்க்க அவன் விரும்பவில்லை. தானாகவே செய்ய வேண்டியதைச் செய்யவே அவன் விரும்பினான். அவளை ஏன் இங்கு அவன் கொணர்ந்தான் என்பது கிழவனுக்குப் புரியாமலே இருக்கலாம். அது தனக்கு மட்டும் புரிந்ததா என்று தன்னையே கேட்டுக் கொண்டான் பாரபாஸ். இதில் ஏதாவது அர்த்தம் உண்டோ? ஆனால் அவள் இங்கிருப்பதுதான் நியாயம். அவள் இந்தப் பகுதியைச் சேர்ந்தவள் என்று எப்படி யார் சொல்வது? கில் காலில் அவளுக்கு அமைதி கிடைக்காது. ஜெரூசலத்தில் அவள் உடலை நாய் தின்ன எறிந்திருப்பார்கள். அப்படி அவளை விட அவன் மனம் ஒப்பவில்லை. ஆனால் உண்மையில் இந்த உடல் என்ன ஆனால்தான் என்ன? அதனால் இப்போது அவளுக்கு என்ன வித்தியாசம் ஏற்பட முடியும்? இங்கும் அவள் ஒதுக்கப்பட்டவளாகத் தானே வசித்தாள். குழந்தையின் கல்லறையிலே இருப்பதால் பிரமாதமாக என்ன லாபம் அவளுக்கு இப்போது கிடைத்துவிடப் போகிறது? ஒன்றுமில்லை. எனினும் இப்படிச் செய்ய வேண்டும் என்று அவனுக்குத் தோன்றியது. இறந்தவர்களைத் திருப்தி செய்வது என்பது அப்படி ஒன்றும் சுலபமான காரியம் அல்ல.

அப்படி அவள் ஜெரூசலத்துக்குப் போய் என்ன லாபத்தைக் கண்டுவிட்டாள்? பைத்தியக்காரர்கள்–தீர்க்கதரிசி ஒருவர் வரப் போகிறார், அவர் வருகைக்கு சாட்சி சொல்ல எல்லோரும் ஜெரூ சலம் நகர் போய்ச் சேரவேண்டுமென்று நம்பிப்போன பைத்தியங் களில், வெறியர்களில் அவளும் ஒருத்தி? கிழவன் சொன்னதைக் கேட்டுக் கொண்டு அவன் பின்தங்கியிருந்தாளானால் இதெல்லாம்

அவளுக்கு நிகழ்ந்தேயிராது. கிழவன் எதற்காகவும் அசைவதாக இல்லை. எத்தனையோ தரம் தீர்க்கதரிசி, கடவுளின் மகன், வரப் போகிறார், வரப் போகிறார் என்று வதந்திகள் கிளம்பினவே தவிர, வந்தவர் வழக்கமாக யாராவது ஒரு புரட்டன் தான் என்றான் கிழவன். இந்தக் தடவை மட்டும் வருபவர் உண்மையான தீர்க்க தரிசியாக இருக்க வேண்டுமென்று என்ன நிச்சயம்? ஆனால் அவள் வெறியர்களைப் பின்பற்றினாள்.

அந்தத் தீர்க்க தரிசிக்காகக் கல்லாலடிப்பட்டு உயிரிழந்து கிடந் தாள் இதோ! உண்மையில் அது தீர்க்கதரிசி தானா, கடவுளின் மகன் தானா?

நிஜமானவர் தானா வந்தவர்? உலகைக் காப்பாற்ற வந்தவரா அவர்? மனித குலத்தின் நண்பரா அவர்? அப்படியானால் கல்லெறி குழியில் அவளை ஏன் அவர் காப்பாற்றவில்லை? தனக்காக அவள் கல்லடிப் பட்டுச் சாவதை ஏன் பார்த்துச் சகித்துக் கொண்டிருந்தார் அவர்? காப்பாற்ற வந்தவரானால், ஏன் காப்பாற்றவில்லை அவர்?

மனதிருந்தால், சக்தியுள்ளவரானால் ஏன் அவர் அவளைக் காப்பாற்றி இருக்கக்கூடாது? தானும் கஷ்டப்பட்டு, பிறரையும் கஷ்டப்படுத்தத்தான் வந்து போனாரா அவர்? கஷ்டத்தைச் சகித்துக் கொள்வதை விரும்பினார் போலும்! தனக்கு எல்லோரும் சாட்சி சொல்லவேண்டும் என்பதை விரும்பினார் போலும் அவர்! “நீர் சொன்ன மாதிரி, உமக்காக இப்போதுதான் சாட்சி சொல்லியாகி விட்டது... “உமக்கு சாட்சி சொல்ல நான் நரகத்திலிருந்து மீண்டும் வந்தேன்...”

பாரபாஸுக்கு சிலுவையில் அறையப்பட்டு உயிர் நீத்த அந்த மனிதரைக் கட்டோடு பிடிக்கவேயில்லைதான். அவரை வெறுக்கவே செய்தான் அவன். அவரால்தான் அவள் இப்போது இங்கு செத்துக் கிடந்தாள். அவள் பலியாக வேண்டும் தனக்காக என்று அவர் விரும்பினார். அவள் தப்பமுடியாதபடிச் செய்ததும் அவர்தான். கல்லெறி குழியிலே இருந்து அவள் தப்பமுடியாதபடி பார்த்துக் கொண்டவர் அவரேதான். அவரைக் கண்டால் அவள் தனக்கு உதவி செய்யச் சொல்லி அவள் அவருடைய உடையைப் பற்றிக் கொண்டாளே கடைசி நிமிடத்தில்! ஆனால் அவளைக் காப்பாற்ற சுண்டுவிரலைக்கூட அவர் அசைக்கவில்லை. கடவுளின் மகனாமே! கடவுளின் மகன்! நேசம் மிகுந்த கடவுளின் மகன்! எல்லோரையும் காப்பாற்ற வந்தவராம்... காப்பாற்ற!

முதல் கல்லை அவள் மேல் போட்ட மனிதனை பாரபாஸ் கொன்றுவிட்டான். இதையாவது பாரபாஸால் செய்ய முடிந்தது அவளுக்காக. உண்மைதான். அதற்கு அர்த்தம் விசேஷமாக ஒன்றும்

கிடையாது. அதனால் லாபம் எதுவுமில்லை. இருந்தாலும் அவனைக் குத்திக் கொன்றது அவனுக்குத் திருப்தியாகத்தான் இருந்தது.

புறங்கையால் உலர்ந்து கோணிய தன் உதடுகளைத் துடைத்துக் கொண்டான். அலட்சியமாக, கேலியாகத் தனக்குத்தானே சிரித்துக் கொண்டான், தோள்பட்டையை உலுக்கிக் கொண்டு எழுந்தான், பொறுமை இழந்தவனாக அவள் உடலைத் தூக்கிக்கொண்டு, களைப்பு மிகுந்து அலுத்துவிட்டான் போல, மேலே நடந்தான்.

கிழவனின் தனிக் குகையைத் தாண்டிப் போனான். அதைச் சுலபமாகவே அவனால் அடையாளங் கண்டு கொள்ள முடிந்தது. அகஸ்மாத்தாக அவன் முன் ஒரு தரம் அங்கு வந்து சேர்ந்ததைப் பற்றி எண்ணிக்கொண்டே தாண்டிப் போனான். குழந்தை புதைத் திருந்த இடத்தைக் கிழவன் தனக்குக் காட்டியது ஞாபகம் வந்தது அவனுக்கு. வலது பக்கம் குஷ்டரோகிகளின் குகைகள் இருந்தன. மறுபக்கம் பாலைவனத்து மதவெறியர்களின் முகாம் இருந்தது அப்போது. ஆனால் அவ்வளவு தூரம் போக வேண்டியதில்லை. குழந்தையின் கல்லறை இந்தண்டை அருகிலேதான் இருந்தது. நில வொளியில் எல்லாம் மாறித் தெரிந்தாலும், இடத்தை சுலபமாகவே கண்டு கொண்டுவிட்டான் பாரபாஸ். சாபமிடப்பட்ட குழந்தை கருப்பையிலேயே இறந்து பிறந்தது என்றும் இறந்ததெல்லாமே அசுத்தமானது என்பதனால் அதை உடனேயே புதைத்து விட்ட தாகவும் கிழவன் சொன்னது ஞாபகம் வந்தது பரபாஸுக்கு. உனக்குப் பிறக்கும் குழந்தையைச் சபிக்கிறேன்.. குழந்தையைப் புதைக்கும்போது தாய் வர இயலவில்லை. ஆனால் பின்னர் பல தடவைகள் அவள் அந்தக் கல்லறையண்டை உட்கார்ந்து கண்ணீர் வடித்திருக்கிறாள். போகும் வழியெல்லாம் கிழவன் சள சள வென்று பேசிக்கொண்டே வந்தான் என்று பாரபாஸுக்கு ஞாபகம் வந்தது.

இங்கே தான் இல்லையா? ஆம்.... சமீபத்தில்தான்... இதோ மேல் கல்...

கல்லறையை மூடியிருந்த கல்லைச் சுலபமாகவே புரட்டி விட்டு அவன் அவளைக் குழந்தைக்குப் பக்கத்தில் கிடத்தினான். குழந்தை யின் உடல் வாடி வதங்கிக் கறுகிச் சுருங்கிக்கிடந்தது. கல்லால் அடிபட்டு ஆயிரங் காயங்களுடன் இருந்த அவள் உடம்பு சௌகரிய மாக இருக்கட்டும் என்று எண்ணியவன் போல், அதை நீட்டிக் கிடத்தினான். வளைசல், கோணல் இல்லாமல் நிமிர்த்திவிட்டான். கடைசியாக முகத்தையும் மேலுதட்டுப் பிளவையும் ஒரு தரம் பார்த்தான். முகமும் வடுவும் இப்போது எப்படி இருந்தாலென்ன? பிறகு மேல்கல்லைப் புரட்டிக் கல்லறையை மூடினான், உட்கார்ந்து எதிரே பரந்துகிடந்த மணற்பரப்பைப் பார்த்தான். சாவுராஜ்யம் போல் எதிரே பாலைவனம் கிடந்தது. அவள் இப்போது அந்த

ராஜ்யத்தைச் சேர்ந்தவள். அதற்குள் அவளைத் தூக்கிப் போனவன் அவன்தான். செத்த உடல் எங்கு கிடந்தால் என்ன? ஆனாலும் அவள் இப்போது இறந்து பிறந்த தன் குழந்தை யுடன் பக்கத்தில் கிடத்தப்பட்டிருந்தாள்—அதுவே சரி என்று அவனுக்குத் தோன்றிற்று. தன்னால் அவளுக்கென்று செய்யக்கூடியதை அவன் செய்து விட்டான். அலட்சியமாய்ப் புன்சிரிப்புச் சிரித்துக் கொண்டு, தாடியை உருவிக்கொண்டு சிந்தனையில் ஆழ்ந்தவனாக உட்கார்ந்திருந்தான் அவன்.

ஒருவரை ஒருவர் நேசிக்க வேண்டும்......

அவன் தன் ஜனங்களிடையே மீண்டும் வந்தபோது, பாரபாஸ் யாரும் அடையாளம் கண்டு கொள்ள முடியாதபடி மாறிவிட்டான். பலருக்கு அவனை நினைவுபடுத்தி புரிந்து கொள்ளவே முடிய வில்லை. ஜெரூசலத்தில் அவன் விடுதலையன்று அவனைப்பார்த்த சிலர் போய் அவன் மாறிவிட்டான் என்று தெரிவித்தார்கள் அதில் ஆச்சர்யம் ஒன்றுமில்லை, சாவை எதிர்பார்த்துக் கொண்டு சிறையில் அடைப்பட்டுக் கிடந்ததில் ஒருவன் மாறுவதில் ஆச்சரியப்பட்ட ஒன்றுமில்லைதான். அவன் ஒரு தினுசாக இருந்தது சீக்கிரமே மாறிவிடும். அவன் மீண்டும் பழைய படியாகி விடுவான் என்றுதான் எதிர்பார்த்தார்கள். ஆனால் அவன் அதற்குப்பின் மாறவேயில்லை. எத்தனையோ நாளாகியும் அவன் பழைய மாதிரி யாகிவிடவில்லை. 'என்னவோ' போலத்தான் இருந்தான். இதற்கெல்லாம் காரணம் சொல்ல அவர்களுக்குத் தெரியாது. பாரபாஸ் பழைய பாரபாஸாக இல்லை என்பது மட்டுமே அவர்களுக்குத் தெரிந்தது.

எப்பவுமே அவன் ஒரு தினுசான ஆசாமிதான். அவனை சாதாரணமாக புரிந்துகொள்வது சிரமம். அவன் என்ன எண்ணி னான், எதற்காக ஒரு காரியம் செய்தான் என்று அவர்களில் யாராலும் ஆதி நாட்களிலேயே புரிந்து கொள்ள முடிந்ததில்லை. இப்போது முழுவதும் புரிந்து கொள்ள முடியாத புதிராகிவிட்டது. அவன் யாரோ அந்நியனாகிவிட்ட மாதிரி இருந்தது. அவர்களையும் அந்நியர்கள் என்று எண்ணுகிற மாதிரித்தான் அவன் பார்த்தான். அவர்கள் திட்டங்கள் போடும்போது அதிலெல்லாம் தனக்கு எந்தவித சம்பந்தமும் இல்லாதவர் போல அவன் போகாதிருந்தான். முன்னெல்லாம் போல கொள்ளையடிப்பதற்கு அவன் உற்சாகமாகத் திட்டங்கள் வகுப்பதும் கிடையாது. அதெல்லாம் தனக்கு சம்பந்த மில்லாத விஷயங்கள் என்று எண்ணுபவன் போல இருந்தான் அவன். ஆனால் அவன் அவர்களுடன் ஒத்துழைக்கத் தயங்கவில்லை. ஜோக்கன் பள்ளத்தாக்கு வழிகளிலும், மற்றும் பாலைவனப் பாதைகளிலும் அவர்கள் அடித்த கொள்ளைகளிலெல்லாம் அவன்

வழக்கம் போலவே பங்கு கொண்டான். ஆனாலும் முன் போல அவன் சகாக்களுக்கு உபயோகப்பட்டான் என்றோ, தன் காரியங் களில் முழு மனத்துடன் ஈடுபட்டான் என்றோ சொல்ல முடியாது. ஆபத்து என்றால் அவன் ஒதுங்கிப் போனான் என்றும் சொல்ல முடியாது. ஆனால் ஒதுங்கிப்போகிற மாதிரித்தான் இருந்தது. இதுவும் சோம்பல் காரணமோ அலட்சியம் காரணமோ மன ஈடுபாடு இல்லாத காரணமோ என்று சொல்ல முடியாமல் இருந்தது. எதற்கும் உற்சாகமிழந்தவனாக இருந்தவன் அவன். கோயில் பெரிய அதிகாரிக்கு வரிகளைக் கொணர்ந்து கொண்டிருந்த ஒரு கூட்டத்தை வளைத்துக் கொண்டு அவர்கள் கொள்ளையடித்த ஒரே ஒரு சமயத்தில் மட்டும் அவன் முழு வேகத்துடன் அந்தச் சண்டையில் ஈடுபட்டான். கோயில் வீரர்கள் இருவரைத் தனியாகவே வெட்டி வீழ்த்தி விட்டான். அதற்கு அவசியமேயில்லை–ஆனால் உள்ளூர ஒரு ஆத்திரம் அவனை அதைச் செய்யத் தூண்டியது போலும்! அவர்கள் எதிர்த்துச் சண்டைப் போடவில்லை; பிணத்தை விட்டுவிட்டு ஓடத் தயாராக இருந்தார்கள். கொன்றதுடன் விடவில்லை. அவன் செத்துவிட்ட பின்னும் அவர்கள் உடல்களைச் சின்னாபின்னமாக வெட்டி எறிந்து கொண்டிருந்தவன் அவன். அப்படி அவன் செய்வது சரியல்ல என்றுகூடச் சிலர் எண்ணி அதைக் காணச் சகியாமல் முகத்தைத் திரும்பிக் கொண்டார்கள். கோயில் குருமார்களின் காரியங்களையும் வீரர்களையும் அவர் களுக்கும் அடியோடு பிடிக்காதுதான். இருந்தாலும் செத்தவர்கள் கோயிலைச் சேர்ந்தவர்கள், கோயில் கடவுளைச் சேர்ந்தது–ஏன் அப்படி அவர்கள் மேல் செத்த பிறகும் ஒருவன் ஆத்திரம் கொள்ள வேண்டும். அப்படி அவர்களுடைய உயிரற்ற உடலை அவன் சிதிலம் செய்தது அவர்களையே பயமுறுத்தியது.

மற்றப்படி ஒரு கொள்ளையிலும் அவன் முன் போல உற்சாக மாகக் கலந்து கொண்டு தன் பங்கைச் செய்யவில்லை. அவர்கள் செய்தது எதிலும் அவன் உற்சாகம் கொள்ளவில்லை. ஜோர்டன் ஆற்றங்கரையிலே ரோமாபுரி வீரர்களை எதிர்த்து ஒரு தரம் அவர்கள் சண்டை போட நேர்ந்த போதும் கூட அவன் சொரத்துக் காட்டவில்லை. அவனைச் சிலுவையில் அறைந்து கொல்ல முயன்றது ரோமாபுரியின் சட்டம்தான் எனினும் அந்தச் சண்டை யிலே அவன் சிறப்பாகப் பங்குகொள்ளவில்லை. மற்றவர்கள் எல்லோரும் ரோமாபுரி வீரர்களின் நெஞ்சைப் பிளந்து சவங்களை ஆற்றில் எறிவதில் ஈடுபட்டிருந்தபோது அவன் ஒதுங்கியே நின்று விட்டான். கடவுளின் ஜனங்களாகிய தங்களை அடக்கி ஆண்ட அந்த ரோமபுரிக்காரர்களிடம் அவனுக்கு வெறுப்பில்லாமல் இல்லை, இன்றிரவு அவனைப் போலவே அந்தக் கூடத்தில் மற்றவர்களும்

ஒதுங்கி நின்று அலட்சியமாக இருந்திருந்தால் அவர்களுக்கும் அதேகதிதான்.

அவன் ஏன் இப்படியாகிவிட்டான் என்பது சொல்ல முடியாத புதிராகத்தான் இருந்தது. இந்த மாறுதலுக்கு முன் சண்டையில் பாரபாஸை மிஞ்ச யாருமே கிடையாது என்று சொல்லும்படியாக இருந்தது. அவர்களுடைய கொள்ளைகள் பலவற்றை முன்னெல்லாம் அற்புதமாகத் திட்டம் போட்டு நிறைவேற்றி வைப்பவனும் அவனே! அவனுக்குச் சாத்தியமில்லாதது என்று சொல்லக்கூடியது எதுவு மில்லை? துணிச்சலாக எல்லாக் காரியங்களையும் செய்பவன் அவன். தைரியத்திலும் கெட்டிக்காரத் தனத்திலும் அவன் முதல்வன் என்று அங்கீகரித்து அந்தக் கூட்டத்தினர் தாமாகவே அவனுக்குக் கீழ்ப்படிவார்கள். அவன் தலைமையில் எதுவும் சரிவர நடக்கும், என்கிற நம்பிக்கையிருந்தது அதன் கூட்டத்துக்கு. யாருக்கும் அவனைப் பிடிக்காது. சாதாரணமாகக் கூட்டங்களில் தலைவர்கள் என்று யாரையும் யாரும் ஒப்புக்கொள்வதில்லை; இருந்தும் முன்னெல்லாம் அவன் சொன்னால் அதற்கு மறு பேச்சு என்பதே இராது. அதனால்தான் இப்படியாகிவிட்டானோ அவன்? அவர் களிடமிருந்து அந்த நாட்களிலும்கூட அவன் சகல விதங்களிலும் மாறுபட்டவன்தான். விசித்திரமான மனோபாவமும் போக்கும் உள்ளவன் அவன். அவனை யாருக்கும் பிடிக்கவில்லை என்று உணர்ந்து ஒதுங்கி நிற்க முயன்றானோ அவன்? தங்கள் பலங்களையும் பலஹீனங்களையும் அறிந்தவர்கள் அவர்கள். அவனைப் பற்றிதான் அவர்களுக்கு எதுவும் தெரியவில்லை. அவனிடம் நம்பிக்கை வைக்க அவர்கள் இன்னமும் தயாராகவே இருந்தனர். ஒருவிதத்தில் அவனிடம் அவர்களுக்கும் கொஞ்சம் பயம்தான் என்றுகூடச் சொல்லலாம். அவன் பலமும், தந்திர யுக்திகளும், வெற்றிகளும் அவர்களுக்கு ஒன்றுமே புரிந்ததில்லை என்பதனாலேயே அவனைத் தங்களுக்குத் தலைவனாக ஏற்றுக் கொள்ள அவர்கள் தயாராக இருந்தார்கள்.

ஆனால் இப்போதோ–இந்தத் தலைவனை வைத்துக் கொண்டு அவர்கள் என்ன செய்ய முடியும்? தன் பங்கைக் கூட சரி வரச் செய்ய அவன் தயாராக இல்லையே? குகையின் வாசலிலே உட்கார்ந்து கொண்டு ஜோர்டான் பள்ளத்தாக்கையும், செத்தது என்று சொல்லப்படும் கடலையும் பார்த்துக் கொண்டு சும்மா உட்கார்ந்து கொண்டேயிருந்தான் அவன். விசித்திரமான பிராணி களைப் பார்ப்பது போல அவர்களைப் பார்த்தான். அவன் எதிரில் வரும்போதே அவர்களுக்கு என்னமோ போல இருந்தது. அவர் களுடன் அவன் சரிவரப் பேசுவது கூடக் கிடையாது பேசிய சில வார்த்தைகளும் கூட அவன் தங்களிடமிருந்து எப்படி மாறுபட்டவன்

என்பதை அறிவுறுத்தவே அவர்களுக்கு உபயோகப்பட்டன. அவன் இங்கிருந்தானா? அல்லது அவன் உடல் மட்டுமே இங்கிருந்ததா என்று அவர்களுக்குச் சந்தேகம் வந்தது அடிக்கடி. சிலுவையைத் தொட்டுவிட்டு அவன் ஜெரூசலத்திலிருந்து தப்பியது காரணமாகத் தான் அவன் இப்படி மாறிப்போயிருந்தானோ? உண்மையில் அவன் சிலுவையில் உயிர் நீத்தது உண்மையாகவே இருக்கலாம் போல இருந்தது. இங்கிருந்தவன் உயிருள்ள பாரபாஸ் மாதிரியே தோன்ற வில்லை.

அவனைப் பார்ப்பதே அமைதியைக் குலைத்தது. அவன் திரும்பி வந்தது பற்றியும் அவர்களுக்குச் சிறிதும் திருப்தியில்லை. இங்கில்லை இனி அவன் இடம்! இப்போது தலைவனாக அவனை அங்கீகரிப்பது நடக்காது. வேறு எதற்குத்தான் அவன் இப்போது லாயக்கு? ஒன்றுமில்லை இப்போது அவன் சூனியம்தான் அவன்; விஷயம் உண்மையிலேயே புரியாத விஷயம் தான்–எப்படிப் பூரண சூனியம் ஆனான் அவன்?

இப்போது அவர்களுக்கே யோசித்துப் பார்க்கும் போது தெரிந்தது. அவன் எப்போதும் தலைமை தாங்கி நடத்தியதில்லை. திட்டங்கள் போட்டுத் தீர்மானங்கள் செய்ததுமில்லை. எப்போதுமே அவன் தைரியஸ்தனாகவும் பயமற்றவனாகவும் இருக்கவில்லை; துணிச்சலுள்ளவனாகவும் இருக்கவில்லை. சாவை கண்டு அஞ் சாதவனாக அவன் எப்போதுமே இருக்கவில்லை. இந்தக் குணங் களெல்லாம் எலியாஹூ அவனுக்கு முகத்தில் அந்தக் காயத்தை ஏற்படுத்துகிற வரையில் இருந்ததாகச் சொல்ல முடியாது. அதற்கு முன் அவன் மிகவும் சாதாரணமான ஒருவனாகத்தான் இருந்தான். அது அவர்களுக்கு இப்போது திடமாகவே ஞாபகம் வந்தது. அந்தக் காயம் ஏற்பட்டபின், அவனைக் கொல்வதற்கு என்று எலியாஹூ அவனைக் குத்தியபின் தைரியம் வந்தது அவனுக்கு என்றுதான் சொல்ல வேண்டும். எலியாஹூவும் பாரபாஸூம் மலை மேலே உயிருக்காகப் போரிட்டார்கள். அந்தச் சண்டையிலே வயதான பலமிழந்துவிட்ட எலியாஹூவை மலை மேலிருந்து உருட்டிப் பாறையில் தள்ளிவிட்டான் பாரபாஸ். சின்னவன் சுறுசுறுப்பான வன்–வாலிபத்தின் திடம் உள்ளவன். பலமுள்ளவன் தான் எனினும் கிழட்டு எலியாஹூவினால் பாரபாஸைச் சமாளித்துப் பதில் சொல்ல முடியவில்லை. இந்தச் சண்டையிலே அவன் இறந்து விட்டான். ஏன் சண்டை ஆரம்பித்தது? ஏன் அவன் எப்போதும் பாரபாஸை வெறுத்து அவனைச் சீண்டிக் கொண்டேயிருந்தான்? அதை அவர்கள் அறிந்து கொள்ளவே இயலவில்லை. முதல் நாளிலிருந்தே எலியாஹூ பாரபாஸை வெறுத்தான் என்பதை அவர்கள் கவனித்தார்கள் என்றுதான் சொல்ல வேண்டும்.

இதற்குப் பிறகுதான் அவர்களுக்குப் பாரபாஸ் தலைவனானது! அதுவரையில் அவன் விஷயத்தில் விசேஷமாகச் சொல்வதற்கு ஒன்றுமேயில்லை. அந்தக் கத்திக் காயம் படும்வரையில் அவனை உண்மையில் மனிதன் என்றே சொல்வதற்கில்லாதிருந்தது.

இப்படியாக அவர்கள் தங்களுக்குள் 'குசுகுசு'வென்று பேசிக் கொண்டார்கள்.

ஆனால் அவர்களுக்குத் தெரியாதது என்னவென்றால்– உண்மையில் யாருக்குமே தெரியாத விஷயம் என்னவென்றால் எலியாஹூதான்–அவனைக் கொல்ல விரும்பிய அதே எலியாஹூ தான்–பாரபாஸின் தகப்பனார். அது யாருக்குமே தெரியாது. யாவருக்கும் தெரிய நியாயமில்லை. பல வருஷங்களுக்கு முன் அந்தக் கூட்டத்தினரிடம் சிக்கிக் கொண்ட ஒரு மோவபைட் ஸ்திரீதான். பாரபாஸின் தாயார். கொள்ளைக் கூட்டத்தினர் எல்லோருக்குமே அவள் கொஞ்சகாலம் வைப்பாட்டியாக இருந்தாள். பிறகு அவளை ஜெரூசலத்தில் ஒரு விபசார விடுதிக்கு விற்று விட்டார்கள். அவள் கர்ப்பமாக இருந்த சங்கதி தெரிந்ததும் விபசாரவிடுதியின் தலைவி அவளை வைத்துக் கொள்ளமாட்டேன் என்று அடித்துத் துரத்திவிட்டாள். தெருவிலே பிள்ளையைப் பெற்றுப் போட்டுவிட்டு அந்த ஸ்திரீயும் இறந்துவிட்டாள். யார் குழந்தை அது என்றே யாருக்குமே தெரியாது. தாய்க்கே அது யாருக்குப் பிறந்தது என்பது தெரியாது. அது கர்ப்பத்திலிருக்கும் போதே அதை அவள் சபித்துவிட்டாள்–பூமி, சொர்க்கம், கடவுள், மனிதர்கள் எல்லோருடனும் ஏற்பட்ட ஒரு வெறுப்புடன் தான் அவள் அதைப் பெற்றெடுத்தாள்.

ஒருவருக்கும் தெரியாது உண்மை விஷயம். பாரபாஸைப் பற்றிய வரையில் உண்மையிலேயே ஒரு புதிர்தான். 'குசுகுசு' வென்று தங்களுக்குள் பேசிக் கொண்ட மனிதர்களுக்கும் தெரியாது–குகை வாசலில் ஏற்பட்டிருந்த மோலம் மலைச் சரிவையும் செத்தது என்று சொல்லப்படும் கடலையும் பார்த்துக் கொண்டு உட்கார்ந்திருந்த பாரபாஸுக்கும் தெரியாது.

எலியாஹூவைப் பற்றி பாரபாஸ் சிந்திக்கக்கூட இல்லை. பாறையிலிருந்து அவன் இவனை உருட்டித் தள்ளிய இடத்தில்தான் இப்போதும் உட்கார்ந்திருந்தான் எனினும் அவனுக்கு அந்த ஞாபகமே வரவில்லை. என்ன காரணமோ–அவனுக்கே தெரியாது– உலகைக் காப்பாற்ற வந்து சிலுவையில் உயிர் நீத்த அந்தக் கடவுளின் மகனைப் பற்றியும், சிலுவையில் தன் மகனைப் பார்த்துக் கண்ணீர் உகுத்துக் கொண்டிருந்தான் அந்தக் தாயையும் பற்றிச் சிந்தித்துக் கொண்டிருந்தான் அவன். சிறிது நேரத்திற்கெல்லாம் அவன் கண்கள் ஈரம் காய்ந்து விட்டான். உள்ளிருந்த துயரத்தை அவன் முகம்,

எளிய குடியானவன் முகம், வெளிப்படுத்த இயலாது தவித்தது. அந்நியர்கள் மத்தியில் எவ்வித உணர்ச்சியையும் காட்ட அவன் விரும்ப வில்லையோ? தன்னை அவள் துயரமும் குற்றச்சாட்டுகளும் நிறைந்த பார்வை பார்த்ததும் அவனுக்கு ஞாபகம் வந்தது. எதற்காக அவனை அப்படிப் பார்த்தாள் அவள்? குற்றம் சாட்ட அவளுக்கு எத்தனையோ பேர் பொறுப்புள்ளவர்கள் இருந்தார்களே.

கொல்கோதாவையும் அங்கு நடந்ததையும் பற்றி அவன் அடிக்கடி நினைத்துப் பார்ப்பதுண்டு. அவளைப் பற்றியும்–அதாவது சிலுவை யில் இறந்தவரின் தாயாரைப் பற்றியும் அவன் நினைத்துப் பார்ப்பது உண்டு...

செத்த கடலுக்கப்பால் தெரிந்த மலைகளைப் பார்த்தான் அவன். அங்கு எப்படி இருட்டி வந்தது என்று கவனித்தான். மோவபைட் ஜனங்களின் பிரதேசங்களிலே இருள் படரத் தொடங் கியது.

அவனை எப்படி அடித்து விரட்டுவது என்று அவர்கள் சிந்தித்தார்கள். இருந்து கொண்டு கழுத்தறுக்கிறானே அவன் என்று அவர்கள் எண்ணினார்கள். வெறும் சுமையாக உபயோகமே படாமல் ஏன் அவன் தங்களுடன் தங்கவேண்டும் என்பது அவர் களுக்குப் புரியவில்லை. துயரம் தந்த அவன் முகத்தைப் பார்க்காதிருந் தால் நல்லது என்று எண்ணினார்கள் அவர்கள். அவனைப் பார்க்கும்போதே அவர்கள் மனத்திலும் துயரம் ததும்பியது. இன்பம் என்பதையே அவன் அழித்து விட்டான்! ஆனால் எப்படி அவனை அங்கிருந்து கிளப்புவது? அவனுக்கு நேரடியாக எப்படிச்சொல்வது–நீ போய்விடு, உனக்கும் எங்களுக்கும் சரிப்பட்டு வராது என்று நேர்முகமாக எப்படிச் சொல்வது? யார் சொல்வது அதை, அவனுக்கு? அந்த விஷயத்தில் அவர்களில் யாருக்கும் தைரியமேயில்லை என்று தான் சொல்ல வேண்டும். காரணமேயில்லாமல் அவர்களுக்கு இன்னமும் அவனிடம் பயமாகத்தான் இருந்தது.

ஆகவே தொடர்ந்து 'குசுகுசு' வென்று பேசிக் கொண்டார்கள். தங்களுக்குள் அவனைத் தங்களுக்குச் சிறிதும் பிடிக்கவில்லை என்று சொல்லிக் கொண்டார்கள். அவனைத் தங்களுக்கு அடியோடு பிடிக்கவில்லை என்றார்கள். இப்போதும் அவர்களைப் பிடித்த துரதிருஷ்டம் அவனால் சமீபத்தில் அவர்களில் இருவர் உயிர் துறந்ததுகூட அவன் துரதிருஷ்டம் என்றார்கள். துரதிருஷ்டம் இந்த ஜோனாவை வைத்துக் கொண்டு யார் என்ன செய்யமுடியும்? உஷ்ணமான ஒரு கோபம் அந்தக் கொள்ளைக்காரர்கள் குகையிலே நிரம்பியிருந்தது. அவன் பார்க்காத சமயத்தில் அவனை முறைத்

தார்கள். அதற்கு மேல் எதுவும் செய்ய, சொல்ல அவர்களுக்குத் தைரியம் வரவில்லை.

திடீரென்று ஒரு நாள் காலை அவனாகவே மறைந்து விட்டான். அவன் அங்கில்லை. புத்திபேதலித்து மலைமேலிருந்து கால் தவறி அவன் விழுந்துவிட்டான் போல இருக்கிறது என்று முதலில் அவர்கள் எண்ணினார்கள். எலியாஹூவின் ஆவி அவனைப் பிடித்துத் தள்ளியிருந்தாலும் இருக்கலாம். ஆனால் பாறைகளில் அவன் உடலைத் தேடிப் பார்த்தபோது காணவில்லை. அவன் சாகவில்லை. அவன் சொல்லிக் கொள்ளாமல் எங்கோ கிளம்பிப் போய் விட்டான். மறைந்துவிட்டான்.

அது பற்றி அவர்களுக்குப் பெரிதும் திருப்திதான். தொந்தரவு விட்டது என்றுதான் எண்ணினார்கள். சூரிய வெப்பத்தால் உஷ்ண மாக இருந்த தங்கள் குகைக்கு திரும்பினார்கள். செங்குத்தான மலைச்சரிவிலே தங்கள் அலுவல்களைத் தொடர்ந்து நடத்தினார்கள்.

இதற்கெல்லாம் பிறகு பாரபாஸ் எங்கெங்குப் போனான், என்னென்ன காரியங்கள் செய்தான். அவன் ஆயுளில் அவன் வேறு எந்தெந்த சம்பவங்களில் சம்பந்தப்பட்டிருந்தான் என்பது யாருக்கும் நிச்சயமாகத் தெரியாது. ஜூபி பாலைவனத்திலோ, ஸிஹாய் பாலைவனத்திலோ அவன் தனியாகப் போய் பலகாலம் வசித்தான் என்று பலர் சொல்கிறார்கள். கடவுளின் சிருஷ்டியாகிய இந்த உலகத்தைப்பற்றிச் சிந்தித்து ஒரு முடிவுக்கு வர அவன் முயன்றான் என்கிறார்கள் சிலர். வேறு சிலர் ஜெரூசலம் கோயில் அதிகாரிகளின் விரோதிகளான ஸாமரிடம்களுடன் அவன் வசித்தான் என்று சொல்கிறார்கள்; அதிகாலையில் பலிகொடுத்து விட்டு சூரியோதயத்தை எதிர்பார்த்து அவன் மண்டியிட்டுப் பிரார்த்தித்துக் கொண்டிருப்பதைப் பார்த்ததாகச் சிலர் சொன் னார்கள். லெபனான் எல்லையில், ஸிரியாவில் அவன் ஒரு கொள்ளைக் கூட்டத்தின் தலைவனாகத்தான் இருந்தான் பல காலம், வேறு ஒன்றுமில்லை என்பதுதான் பலருடைய அபிப்பிராயம். யூதர்களோ கிறிஸ்தவர்களோ யார் அகப்பட்டாலும் அவர்களை மிகவும் கொடூரமாக நடத்தினான் அவன் என்று சொல்கிறார்கள்.

இதில் எது உண்மை என்பது யாருக்கும் தெரியாது. ஆனால் நிச்சயமாகத் தெரிந்த விஷயம் என்ன வென்றால் ஐம்பதாவது வயது தாண்டிய பிறகு அவன் ரோம் சாம்ராஜ்யத்தின் பிரதிநிதியின் பாரபாஸ் வீட்டில் அடிமையாக வந்தான் என்பதுதான். அதற்கு முன் பல வருஷங்கள் அவன் சிப்ரஸில் தாமிரச் சுரங்கங்களில் வேலை பார்த்தான். எப்படி அவன் அடிமைப்பட்டான். சுரங்கங் களில் வேலை செய்ய ஏன் அவன் விதிக்கப்பட்டான் என்பது

தெரியவில்லை. சுரங்கத்தில் அடிமையாக வேலை செய்வதென்பதை விடக் கடுந்தண்டனை யாருக்கும் விதிக்க முடியாது என்பது நிச்சயம் – அந்தத் தண்டனைக்கு அவன் எப்படி உள்ளானான் என்பது தெரியவில்லை. இதில் ஆச்சர்யம் என்னவென்றால் இந்த நரகத்துக்குள் இறங்கிய பின் அவன் எப்படி மீண்டு வெளியே வந்தான் என்றால் வெளிவந்ததே ஆச்சர்யம்தான். ஆனால் இதைப் பற்றிப் பிரத்தியேகமாகச் சொல்ல வேண்டிய சந்தர்ப்பங்கள் உண்டு.

முகத்தில் கோடுகள் ஏராளமாக விழுந்துவிட்டன. அவன் தலைமயிர் நரைத்துவிட்டது. ஆனால் மற்றபடி அவனுக்குக் கிழடு தட்டவில்லை. அவன் அனுபவங்களையும் மீறி அவன் திடம் நின்றது. சீக்கிரமே முழு பலத்தையும் பெற்று அவன் பழைய மாதிரியேயாகிவிட்டான். சுரங்கங்களை விட்டு அவன் வெளியே வந்த போது நடைப்பிணமாகத்தான் இருந்தான். அவன்உடல் மெலிந்து கண்கள் பஞ்சடைந்து ஆழ்ந்து போய்விட்டன. அவன் கண்கள் ஒளிபெற்றபோது அவை முன்னினும் நிம்மதியற்றவையாகி விட்டன. வெறுப்பு அவன் கண்களுக்கு அலாதியான ஒரு ஒளி தந்தது–அது அவன் தாயாரிடமும் இருந்து வந்த வெறுப்பு. கண்ணுக்குக் கீழிருந்த அந்த வடு நடுவில் மறைந்திருந்தது. இப்போது இன்னும் சிவப்பாகத் தெரிந்தது.

மிகவும் திடமான சரக்கு இல்லாவிட்டால் அவன் வாழ்க்கை அனுபவங்களை மீறி அவன் உயிர் வாழ்ந்தேயிருக்க முடியாது. இந்தச்சரக்கின் திடத்துக்கு அவன் எலியாஹூவுக்கும் அந்த மோவபைட் ஸ்திரீக்கும் நன்றி செலுத்தக் கடமைப்பட்டவன். இருவரும் அவனை வெறுத்தவர்கள். நேசிக்கவில்லை என்பது உண்மைதான் என்றாலும் அவன் அவர்களுக்குப் பெரிதும் கடமைப் பட்டவன்தான். அவர்கள் ஒருவரை ஒருவர் நேசித்ததுமில்லை. காதல் என்பதன் அர்த்தமே அவ்வளவுதான். வெறுப்பு மிகுந்தவர்கள் தழுவலையோ, அதற்குத் தான் கடமைப்பட்டிருந்ததையோ அவன் அறியமாட்டான்.

அவன் வந்தடைந்த வீடு பெரியது. அதில் பல அடிமைகள் இருந்தார்கள். அவர்களில் ஒருவன் நெட்டையன்–மெலிந்தவன்–ஒரு ஆர்மீனியன். அவன் பெயர் ஸஹாக். அவன் இருந்த உயரத்தில் அவனால் கூனாமல் நடக்கமுடியாது. பெரிய விழிகள் தோற்றத் திலேயே ஒரு பிரகாசம் இருந்தது. அதிக நீளமில்லாத வெள்ளைத் தலை மயிரும், எரிந்துவிட்டது போன்ற அவன் முகமும் அவனைப் பார்த்தால் கிழவன் என்று எண்ணச் செய்தன. ஆனால் அவனுக்கு நாற்பது நாற்பத்தைந்து வயதுதான் ஆகியிருந்தது. அவனும் சுரங்கங் களில் வேலை செய்தவன் தான். சுரங்கத்தில் பாரபாஸும் அவனும் சேர்ந்து பல வருஷங்கள் வேலை செய்தவர்கள். இருவரும் சேர்ந்தே

வெளியே வந்தார்கள். ஆனால் அவன் பாரபாஸைப் போலத் தன் திடத்தை மீண்டும் பெறவில்லை. எப்போதும் போலவே நம்ப முடியாதபடி மெலிந்து வெள்ளைத் தலையும் கானலுமாகக் காட்சி யளித்தான். அவன் பாரபாஸைவிட அவன் அதிகத் துயரத்தை அனுபவித்தவன் போலத் தோன்றியது. அதுவும் உண்மை என்றுதான் சொல்லவேண்டும்.

உயிருடன் சுரங்கத்தில் அடிமை வேலை செய்திருந்த யாரும் சாதாரணமாக தப்ப முடியாது. இப்படி இவர்கள் இருவரும் தப்பிவந்தது எப்படி என்று மற்ற அடிமைகளால் அறிந்து கொள்ள முடியவில்லை. அறிந்து கொள்ள ஆவல் கொண்டார்கள் என்பது உண்மைதான். அவர்கள் வாயைக் கிண்டி அறிந்துகொள்ளக் கூடியது ஒன்றுமில்லை. பாரபாஸும் ஸஹாக்கும் அதிகமாகப் பேசுகிறவர்கள் அல்ல, தங்களுடைய பழைய காலத்தைப் பற்றி அவர்கள் மௌனம் சாதித்தார்கள். தங்களுக்கிடையில் கூட அவர்கள் அதிகமாகப் பேசுவதில்லை, ஆனால் அவர்கள் இருவரும் சேர்ந்தேதான் காணப்படுவார்கள். அதுவே விசித்திரம்தான். சாப்பிடும்போதும், படுத்துறங்கும் போதும் அவர்கள் இருவரும் சேர்ந்தேதான் இருந்தார்கள். ஏன் என்றால் அவர்கள் சுரங்கத்தில் ஒரே சங்கிலியால் பிணைக்கப்பட்டு சேர்ந்திருந்தவர்கள். இப்போது சங்கிலி இல்லாவிட்டாலும் கூட அவர்கள் சேர்ந்தேதான் இருந்தார்கள்.

ஒரே கப்பலில்தான் அவர்கள் சுரங்கத்தில் அடிமை வேலை செய்ய வந்து சேர்ந்தவர்கள். சுரங்கத்தில் இறங்கும் போதே அவர்கள் சங்கிலியால் பிணைக்கப்பட்டு விட்டார்கள். இருவர் இருவராகச் சேர்த்துப் பிணைத்துத் தான் வேலைக்கு விடுவார்கள் அதன்படித் தான் அவர்கள் இருவரும் பிணைக்கப்பட்டார்கள். சுரங்கத்தில் அவர்களிருவரும் சேர்ந்தே வேலை செய்தார்கள். அவர்களிருவரும் விரும்பினாலும் கூடப் பிரிந்து இருக்க முடியாது. ஒருவரை ஒருவர் நன்றாகத் தெரிந்து கொள்ள அவர்களுக்குச் சந்தர்ப்பங்கள் இருந்தன. நரகத்தில் சேர்ந்து வசித்த ஒரே காரணத்தினால் ஒருவர் மேல் ஒருவர் விழுந்து பிடுங்கிக் கொள்ளவும் செய்தார்கள்.

ஆனால் என்ன சொன்னாலும் அவர்கள் இருவரும் ஒருவருக் கொருவர் மிகவும் பொருத்தமானவர்கள். அடிமைத்தனத்தைச் சகித்துக்கொண்டுபோக ஒருவருக்கொருவர் உதவி செய்து கொண்டார்கள். ஏதோ கொஞ்சம் கொஞ்சம் தங்களுக்குள் பேசிக் கொண்டு பழகவும் செய்தார்கள், பாரபாஸ் எப்போதுமே அதிக மாகப் பேசாதவர், மற்றவன்தான் பேசினான். அதைக் கேட்டுக் கொண்டிருந்தான் பாரபாஸ். முடிவில் தங்களைப் பற்றிப் பேசிக் கொள்ளவில்லை அவர்கள். இருவரும் மறைத்து வைத்துக் கொள்ள வேண்டிய ரகசியங்கள் பல இருந்த மாதிரித்தான் இருந்தது. கொஞ்

சம்நாள் கழித்து ரகசியங்களையும் மனம் விட்டுச் சொல்லுகிற அளவுக்கு வந்து விட்டான் ஸஹாக். தான் ஹீப்ருக்காரன் என்றும், பிறந்தது ஜெரூசலம் எனும் நகரில் என்றும் ஒரு தடவை பாரபாஸ் சொன்னான். அதற்குமேல் ஸஹாகுக்கு அளவு நடந்த ஆர்வம் பிறந்து விட்டது. ஒவ்வொன்றாகக் கேள்விகள் கேட்க ஆரம்பித்து விட்டான். அவன் அங்குப் போனதில்லையே தவிர, நகரைப் பற்றி எல்லா விஷயங்களையும் அவன் நன்கு அறிந்திருந்தான். அங்கு வாழ்ந்து அதிசயங்கள் பல விளைவித்து இருந்த ஒரு தீர்க்கதரிசியைப் பற்றி அவனுக்கு ஏதாவது தெரியுமா என்று கேட்டான் ஸஹாக். அந்த குரு நாதனிடம் பலர் நம்பிக்கை வைத்திருந்தார்களே என்றான். யாரைப்பற்றிக் கேட்கிறான் அவன் என்று பாரபாஸுக்குத் தெரிந்து விட்டது. தானும் அவரைப் பற்றிக் கேள்விப் பட்டதுண்டு என்றான். அவரைப் பற்றி அறியத் துடியாகத் துடித்தான் ஸஹாக். முதலில் எதுவும் தீர்மானமானமாகச் சொல்லாமல் தட்டிக் கழித்தான் பாரபாஸ். பார்த்ததுண்டா அவரை என்று சக அடிமை விசாரித்த தற்கு, உண்டு என்று சுருக்கமாகப் பதிலளித்தான். நிஜமாகவே பார்த்தானா அவன் என்று மீண்டும் மீண்டும் கேட்டான் ஸஹாக். அரைமனத்துடன் ஒவ்வொரு தடவையும் 'உண்டு உண்டு' என்று பதிலளித்தான்.

கைக்கோடறியைத் தாழ்த்திவிட்டு யோசனையில் ஆழ்ந்தான் ஸஹாக் எல்லாம் மாறிவிட்டது போல இருந்தது. அவனுக்கு மிகவும் அற்புதமான அனுபவம் அது என்று தான் எண்ணினான். கடவுளின் மகனையே, கடவுளையே நேரில் கண்ணால் பார்த்த ஒருவனுடன் அவன் சங்கிலியால் பிணைக்கப்பட்டிருந்தான்! என்ன அதிர்ஷ்டம் அது!

இப்படிச் சிந்தனையிலாழ்ந்திருந்த அவனை அடிமை ஓட்டியின் சாட்டை விழித்தெழச் செய்தது. அடி மேலே விழாமல் உடம்பை வளைத்துக் கொண்டு மீண்டும் தன் வேலையைச் செய்வதில் ஈடுபட்டான் ஸஹாக். அடிமை ஓட்டி சாட்டையை விசிறுவதை நிறுத்திய பிறகு அவன் உடலிலிருந்து ரத்தம் சொட்டியது... அவன் உடல் நடுங்கியது. அவனால் பேச முடியவில்லை. சிறிது நேரம் கழித்துத்தான் பேச முடிந்தது. பேச முடிந்தவுடனேயே குருநாதனைப் பற்றி மேலும் சொல்லமாட்டியா என்று பாரபாஸைக் கேட்டான் அவன். எங்கு பார்த்தான் அவரை அவன்? கோயிலிலா, தெருவிலா, மண்டபத்திலா? உபதேசம் செய்யும்போதா? எப்போது எங்கே பார்த்தான்? முதலில் பாரபாஸ் சொல்ல மறுத்தான். கடைசியில் மனமில்லாமலே கொல்கோதாவில் பார்த்தேன் என்றான்.

"கொல்கோதாவா? அப்படியென்றால்...?"

சிலுவையில் குற்றவாளிகளை அறைந்து கொல்லும் குன்று அது என்று பாரபாஸ் பதிலளித்தான்.

ஸஹாக் மௌனமாக இருந்தான். கண்களைத் தாழ்த்திக் கொண்டான். பிறகு அமைதியாக "அப்போதா பார்த்தாய் நீ?" என்றான்.

முதல் தடவை சிலுவையில் அறையப் பட்டவரைப் பற்றி அவர்கள் பேசியபோது பேசியது இவ்வளவுதான். அதற்குப் பிறகு அவர்கள் அவரைப்பற்றி நிறையவே பேச இருந்தார்கள்.

அவரைப்பற்றிப் பேசுவதை ஸஹாக் மிகவும் விரும்பினான். அவர் சொன்ன உபதேசங்கள், இழைத்த அதிசயங்கள் இவைபற்றி அவன் மீண்டும் மீண்டும் பேச விரும்பினான். அவர் சிலுவையில் உயிர் நீத்தது அவனுக்குத் தெரியும்—ஆனால் அவர் வாழ்க்கையில் வேறு விஷயங்களைப் பற்றியே பேச விரும்பினான்.

கொல்கோதா... கொல்கோதா... பேரே புதுசாக விசித்திரமாக, படிக்கப் படாததாக இருந்ததே! சிலுவையில் குருநாதன் இறந்ததைப் பற்றி அவன் பல தடவைகள் கேள்விப்பட்டிருந்தான். அந்தச் சமயம் நடந்த அதிசயங்களைப் பற்றியும் அவன் கேள்விப்பட்டிருந்தான். கோயிலில் திரை கிழிந்ததை பாரபாஸ் பார்த்தானா என்று கேட்டான் அவன்! "பிளவுபட்ட கற்பாறையைப் பார்த்தானா அவன்?"

"ஆம்" என்றான் பாரபாஸ்.

"அவர் செத்தபோது உலகமே ஒரே இருட்டாக இருட்டிற்றாமே!"

"ஆம், அதை பாரபாஸ் தன் கண்களாலேயே கண்டான். உண்மைதான். இருட்டியது உண்மையே!

இதைக் கேட்ட ஸஹாக் ஆனந்தத்தில் அழுந்தினான். அப்படியும் கொல்கோதா என்கிற பெயரைக் கேட்கவே அவனுக்கு அருவறுப்பாகத்தான் இருந்தது. வெடித்த பாறையையும், கிழிந்த திரையையும் அவன் கண்முன் இருப்பதுபோல அவன் உணர்ந்தான். சிலுவையில் உயிர் நீத்துக் கொண்டிருந்த தீர்க்கதரிசியை அவன் கண்முன் கண்டதுபோல இருந்தது. பலியானவர் அவர். உலகம் உய்ய அவர் பலியாக வேண்டியதாக இருந்தது—உலகில் இன்பம் தோன்ற அவர் துன்பமுற வேண்டியதாக இருந்தது. நம்மைக் காப் பாற்ற இறந்தவர் அவர். இதைப் புரிந்துகொள்வது சிரமமாகத்தான் இருந்தது என்றாலும் உண்மை அதுதான். பெருமையுடன் அவர் சொர்க்கத்தில் ஆட்சி செலுத்துவார். அதைப்பற்றிச் சிந்தித்து ஆனந்திக்கவே ஸஹாக் விரும்பினான். தன்னுடன் பிணைக்கப் பட்டிருந்த பாரபாஸ் கொல்கோதாவில், சிலுவையில் அவரைக் காணாமல் வேறு சந்தர்ப்பத்தில் கண்டிருக்கக் கூடாதா என்று எண்ணினான் அவன் அங்கு எதற்காக அவன் போனான்.

பாரபாஸிடம் அவன் சொன்னான். "அந்தச் சந்தர்ப்பத்தில் அவரை நீ பார்க்க நேர்ந்ததே! அது விசித்திரம் அல்லவா? எதற்காக அங்கு போனாய் நீ?"

இதற்கு பாரபாஸ் பதில் எதுவும் சொல்லவில்லை.

வேறு சந்தர்ப்பத்தில் அவரைப் பார்த்ததில்லையா என்று விசாரித்தான் அவன். உடனே பதில் தரவில்லை பாரபாஸ். பிறகு நீதிபதியின் முன்னிலையில் அவர் குற்றம் சாட்டப்பட்டுத் தண்டனை விதிக்கப்படும்போது தான் உடனிருந்ததாகச் சொன்னான். அந்தச் சந்தர்ப்பத்தில் அவர் தலையைச் சுற்றி ஒரு அசாதாரணமான ஒளி வீசிற்று என்றும் சொன்னான். இந்த ஒளியைப்பற்றிக் கேள்விப்பட்ட ஸஹாக் எவ்வளவு ஆனந்தப்பட்டான் என்று கண்டதும்; தன் சிறை இருட்டிலிருந்து அப்போதுதான் வெளியே வந்திருந்ததால் தான் அந்த ஒளி தன் கண்ணில்பட்டது என்று சொல்லவில்லை அவன். சூரிய வெளிச்சத்தில் ஏற்பட்ட ஒரு ஒளி மயக்கம் அது என்று அவன் சொல்லவில்லை. எதற்காக அதைச் சொல்ல வேண்டும்? யாருக்கும் அதைத் தெரிந்துகொள்வதில் இப்போது என்ன உத்ஸாகம் இருக்கமுடியும்? அந்த அதிசயத்தைப்பற்றி பாரபாஸ் உண்மையைச் சொல்லாததால் ஸஹாக் ஆனந்தத்துடன் திரும்பத் திரும்ப விசாரித்தான். அவன் முகத்தில் இன்பம் ஒளி விட்டது–அவனது சந்தோஷம் பாரபாஸையும் பற்றிக்கொண்ட மாதிரி இருந்தது. எப்போது ஸஹாக் கேட்பினும் இதைத் திருப்பித் திருப்பிச் சொன்னான் பாரபாஸ். எப்பவோ நடந்த இந்த விஷயம் இப்போது தன் கண் எதிரில் நடப்பதுபோல் இருந்தது பாரபாஸுக்கு.

சிறிது காலம் கழித்து, இறந்த குருநாதர் பிழைத்துக் கல்லறையி லிருந்து வெளிவந்த அதிசயத்தையும் தான் கண்ணாரக் கண்டதாகச் சொன்னான் பாரபாஸ். அவரையே பார்க்கவில்லை அவர் யாரும் அதைப் பார்க்கவில்லை. ஆனால் வனத்திலிருந்து ஒரு தேவதை வந்து, வேல் முனையால் கல்லறைக் கல்லைப் புரட்டிப் போட்டதைக் கண்டான் அவன் . தீபோல அவள் போர்வை அந்தத் தேவதையின் பின்னால் தகதகத்தது. பிறகு பார்க்கும் போது கல்லறை காலியாக இருந்தது...

ஸஹாக் ஆச்சர்யத்துடன் மௌனமாகக் கேட்டுக் கொண்டிருந் தான். இதுவும் நிஜமா? சாத்தியமா? இது நடப்பதை இந்த அடிமை தன் கண்களால் கண்டானா? அதிசயங்களில் மிகவும் புனிதமானது நடந்தபோது இவன் உடன் இருந்தானா? யார் இவன்? கடவுளின் மகனை இவ்வளவு நெருங்கிவந்த ஒருவனுடன் தன்னைப் பிணைத் திருந்தார்களே–அவன் பாக்கியசாலிதான்!

தான் கேள்விப்பட்டதை எண்ணி எண்ணி அவன் பரமானந்தத் தில் ஆழ்ந்தான். தன்னுடைய ரகசியத்தை மற்றவனுக்குச் சொல்ல வேண்டும் என்றும் அதை இனியும் மறைத்துவைக்கக் கூடாது

என்றும் எண்ணினான் ஸஹாக். யாரும் அருகில் இல்லையே என்று பார்த்துவிட்டு, பாரபாஸிடம் காட்டுவதற்குத் தன்னிடம் ஒரு ரகசியம் இருக்கிறது என்றான். பாறைமேல் கொளுத்தி வைக்கப்பட்டிருந்த எண்ணெய் விளக்காண்டை அவனை அழைத்துப் போய், தன் கழுத்தில் கட்டியிருந்த அடிமைத்தாலியைக் காட்டினான். எல்லா அடிமைகளும் இந்த மாதிரி ஒரு தாலி அணிந்திருந்தார்கள். தாலியில் அவர்களுடைய யசமானர்களின் சின்னம் பொறிக்கப்பட்டிருக்கும். சுரங்கத்தில் வேலை செய்யும் அடிமைகளின் தாலிகளில், ரோம ராஜ்யத்தின் சின்னம் பொறிக்கப்பட்டிருக்கும், ஸஹாக்கின் தாலியின் பின்பக்கத்தில் விசித்திரமான கோடுகள் வரையப்பட்டிருந்தன. அவர்களிருவருக்கும் அந்த அதிசயமான எழுத்தை வாசிக்கத் தெரியாது. ஆனால் அதுதான் சிலுவையில் இறந்த குருநாதரின் பெயர் என்று பாரபாஸுக்கு ஸஹாக் விவரித்துச் சொன்னான். மந்திரம்போன்ற ஒரு ஆழ்ந்த அர்த்தமுள்ள அந்தக் கோடுகளை ஆச்சரியத்துடன் பார்த்தான் பாரபாஸ். தான் அந்த தீர்க்கதரிசியின் அடிமை, கடவுளின் அடிமை என்பதன் சின்னமாக அந்த எழுத்துக்கள் அவன் தாலியில் பொறிக்கப்பட்டிருந்தன என்றான் ஸஹாக். பாரபாஸை அதைத் தொட்டுப்பார்க்க அனுமதித்தான் அவன். அதைத் தன் கையில் பிடித்துப் பார்த்துக் கொண்டு வெகுநேரம் நின்றான் பாரபாஸ்.

அடிமை ஓட்டி வருகிறானே என்று ஒரு விநாடி அவர்கள் பயந்தார்கள். ஆனால் அவன்வரவில்லை. மீண்டும் மீண்டும் அந்தத் தாலியைப் புரட்டிப் பார்த்துக் கொண்டு இருவரும் நின்றார்கள். ஒரு கிரேக்க அடிமை எழுதினான் அந்த மந்திர எழுத்துக்களை என்றான் ஸஹாக். அவன் ஒரு கிறிஸ்தவன். தீர்க்கதரிசியைப் பற்றியும் அவர் அவர் ராஜ்யம் சீக்கிரமே வரப் போகிறது என்றும் ஸஹாக்குச் சொன்னவன் அந்த கிரேக்க அடிமைதான். ஸஹாக்கை நம்பவைத்தது அவன்தான். உருக்குத் தொழிற்சாலையில் அவன் அவனைச் சந்தித்து விஷயத்தை அறிந்து கொண்டான். அங்கே எந்த அடிமையும் ஒரு வருஷத்துக்கு மேல் தாளுவது சாத்தியமில்லை. அந்த கிரேக்க அடிமை ஒரு வருஷம் கூட அங்குத் தாக்குப் பிடிக்க முடியவில்லை. ஆனால் சாகும் போது "என் பிரபுவே! என்னைக் கைவிட்டு விடாதே!" என்று சொல்லிக் கொண்டே செத்தான் அவன். காலை வெட்டி, சங்கிலியை அகற்றிவிட்டு, அவனையும் அடுப்பில் போட்டு எரித்து விட்டார்கள் – வழக்கப்படி ஸஹாக்கும் அப்படியேதான் தன் வாழ்நாளும் முடியும் என்று எண்ணியிருந்தான். ஆனால் சில நாட்களுக்குள்ளாகவே அவன் இங்கு சுரங்கத்து வேலைக்கு மாற்றப்பட்டு விட்டான்.

ஸஹாக்கும் கிறிஸ்தவன்தான். அவனும் கடவுளின் அடிமை தான். இதை ஸஹாக் பாரபாஸுக்குத் தெரிவித்தான். அசையாத

கண்களுடன் பாரபாஸைப் பார்த்துக் கொண்டே சொன்னான் ஸஹாக் இதையெல்லாம்.

இதற்குப் பிறகு பல நாட்கள் பாரபாஸ் அதிகம் பேசாமல் அமைதியாக இருந்தான். பிறகு அந்த மந்திர வார்த்தையைத் தன் தாலியிலும் எழுத முடியுமா என்று ஸஹாக்கை பாரபாஸ் கேட்டான்.

இது பற்றி ஸஹாக்குக்கு அளவுகடந்த திருப்தி தான். முடியுமா பார்க்கலாம் என்றான். எழுத அவனுக்குத் தெரியாது. ஆனால் தன் தாலியிலிருந்ததை அப்படியே பாரபாஸின் தாலியிலும் செதுக்கி விட முடியாதா என்ன?

சமயம் வாய்க்கும் வரை காத்திருந்தனர். அடிமை ஓட்டி போன பிற்பாடு கூரான ஒரு கல்லை எடுத்து பாரபாஸின் தாலியில் தனக்குத் தெரிந்த வரையில் செதுக்கினான் ஸஹாக்–எண்ணெய் விளக்கின் ஒளியில், அனுபவமில்லாத ஸஹாக் அந்தக் காரியத்தை செய்யத் திகைத்தான், திணறினான். ஆனால் மிகவும் சிரமப்பட்டு முடிந்த வரையில் தன் தாலியிலிருந்த மாதிரியே செதுக்கினான். பாதிப்பாதியில், யாராவது வருகிறார்களா என்று நிறுத்தி நிறுத்தி வேறு இதைச் செய்ய வேண்டியதாக இருந்தது. முடிந்த பிறகு இரண்டு வார்த்தைகளும் ஒரே மாதிரியாகத் தான் இருப்பதாக இருவருக்கும் தோன்றின. புரியாத அந்த எழுத்துக்களின் அர்த்தம் மட்டும் அவர்களுக்குத் தெரிந்தது. சிலுவையில் உயிர் இழந்த கடவுளின் மகனின் பெயர் அது. அவர்கள் இருவரும் இப்போது அவர் அடிமைகள். திடீரென்று இருவரும் ஒரே சமயத்தில் மண்டியிட்டுப் பிரார்த்தனை செய்தனர். பிரபு, காப்பாற்ற வந்த குருநாதரை நினைத்துப் பிரார்த்தனை செலுத்தினார்கள் இருவரும்.

சற்று தூரத்திலிருந்து அடிமை ஓட்டி அவர்களிருவரையும் கவனித்துவிட்டான். அவர்கள் விளக்கண்டை இருந்தார்கள். எதையும் கவனிக்காமல் தங்கள் பிரார்த்தனையில் முழுகியிருந்தார்கள். ஓடிவந்து அடிமை ஓட்டி அவர்களைச் சாட்டையால் வீறு வீறு என்று வீறிவிட்டான். அரை உயிர் போனமாதிரிதான். அடிமை ஓட்டி போன பிறகு, வலி தாங்காமல் ஸஹாக் தரையில் சாய்ந்து விட்டான். ஆனால் உடனேயே அடிமை ஓட்டி திரும்பிவந்து மீண்டும் சவுக்கால் அவனை அடித்து எழுந்திருக்கச் செய்தான். ஒருவரை ஒருவர் தாங்கிக் கொண்டு இருவரும் மீண்டும் வேலையைத் துவக்கினார்கள்.

சிலுவையில் இறந்தவருக்காக பாரபாஸ் துயரம் அடைந்து தண்டிக்கப்பட்டது இது தான் முதல் தடவை. தனக்குப் பதிலாக சிலுவையில் இறந்து, மார்பில் மயிர் இல்லாத, வெளுத்து மெலிந்த தேகத்தினனாகிய அந்த ஞானிக்காக பாரபாஸ் அடிபட்டது அது தான் முதல் தடவை.

4

இப்படியாக வருஷங்கள் சென்றன. ஒவ்வொன்றாக நாட்கள் கழிந்தன. ஒரு நாளுக்கும் மறு நாளுக்கும் அதிக வித்தியாசமில்லாமலேதான் சென்று கொண்டிருந்தது. அவர்களைப் பற்றிய வரையிலும். அலுப்பு வந்து தூங்க அனுமதிக்கப்படும்போது தான் இரவு வந்துவிட்டது என்று அவர்கள் உணர்ந்தார்கள். சுரங்கத்துக்கு வெளியே போய் சூரிய ஒளியைக் காண அவர்களுக்கு அனுமதி கிடையாது. ரத்தம் செத்த நிழல்கள் போல், செத்தவர்கள் உலகிலே, அவர்கள் நாளுக்குப் பின் நாள், வருஷத்துக்குப் பின் வருஷம் இடைவிடாது வேலை செய்தார்கள். பாதி இருட்டுத்தான் என்றும் எப்போதும் அங்கு. விளக்குகள் தந்த மங்கிய வெளிச்சத்திலே தான் அவர்கள் பொழுது கழிந்து கொண்டிருந்தது. கணப்பு விறகுகள் சில சமயம் பிரகாசமாக எரியும். சுரங்க வாயிலில் தெரிகிற சூரிய வெளிச்சம் சில சமயம் அவர்கள் கண்களில் படலாம் – வானம் போல ஏதோ ஒன்று தெரிவதை எப்போதாவது பார்க்கலாம். பூமியோ, முந்தி அவர்கள் அறிந்த உலகமோ, அவர்களைப் பற்றிய வரையில் இல்லை என்று தான் சொல்லவேண்டும். உணவு, உறக்கம், உழைப்பு எல்லாம் பூமிக்கடியில் சுரங்கத்துக்குள்தான்.

ஸஹாக்குக்கு இது பெரிய துயரம்தான். பாரபாஸ் இப்போதெல்லாம் அவனுடன் பிரார்த்தனை செய்வதில்லை. தீர்க்கதரிசியின் பெயரைத் தாலியில் பொறித்த பின் இரண்டொருதரம் அவனும் பிரார்த்தனை செய்வதை அவன் நிறுத்தி விட்டான். புரிந்து கொள்ள முடியாதபடி, பேச்சைக் குறைத்துக்கொண்டு தனிமை நாட ஆரம்பித்துவிட்டான் அவன். அது ஸஹாக்குக்குப் புரியவேயில்லை. ஆனால் ஸஹாக் பிரார்த்தனை செய்வதை நிறுத்தவேயில்லை. அந்த மாதிரி சமயங்களில் பாரபாஸ் தன் முகத்தைத் திருப்பிக்

கொள்வான்–ஸஹாக் பிரார்த்தனை செய்வதைப் பார்க்கக்கூட மனமில்லாதவன் மாதிரி. ஆனால் ஸஹாக் பிரார்த்தனை செய்வதை யாரும் கண்டு கொள்ளாதபடி அவன் மறைத்துக்கொண்டு நிற்பான். அவன் பிரார்த்தனை செய்வதற்கு உதவ பாரபாஸ் தயாராக இருந்தான். ஆனால் அவனே பிரார்த்தனை செய்ய விரும்பவில்லை.

ஏன்? ஸஹாக்குக்குத் தெரியாது. அது புதிர்தான். பாரபாஸே இப்போது அவனுக்கு ஒரு புதிராகத்தான் ஆகிக்கொண்டிருந்தான். அவனைத் தனக்கு நன்கு தெரியும் என்று எண்ணியதுபோல, அவனைப் புரிந்துகொள்ளவே முடியவில்லையே என்று வருந்தினான் ஸஹாக். அவனைப் பற்றித் தனக்கு ஒன்றும் தீர்மானமாகத் தெரியாதே என்று வருந்தினான் அவன். இருவரும் பிரிய முடியாத படி பிணைக்கப்பட்டவர்கள் என்றாலும் அவன் எப்படியோ நெருங்க முடியாதவனாகவே இருந்தானே–ஏன்?

யார் அவன்?

இருவரும் பேசுவதில் குறைவில்லை. ஆனால் முன் போலப் பேசுவதில்லை. முகத்தையே திருப்பிக்கொண்டுதான் இப்பவெல்லாம் பாரபாஸ் பேசினான். அவன் கண்களையே ஸஹாக்கால் பார்க்க முடியவில்லை. அவன் கண்களை என்றாவது அவன் பார்த்ததுண்டா?

யாருடன் அவனைப் பிணைத்திருந்தார்கள்?

அவன் கனவுகளையோ காட்சிகளையோ பற்றி பாரபாஸ் இப்பவெல்லாம் பேசுவதே கிடையாது. இதனால் ஸஹாக்கின் வாழ்வில் ஏற்பட்ட சூனியத்தைச் சொல்லி முடியாது. பாரபாஸ் சொன்னதையெல்லாம் அடிக்கடி தனக்குத்தானே ஞாபகப்படுத்திக் கொள்ள முயன்றான். அவன் தன் கண்முன் அந்தக் காட்சிகளைக் காண முயன்றான் ஸஹாக். பாரபாஸின் உதவியில்லாமல் அவனால் அதைச் செய்யமுடியவில்லை. கடவுளின் மகன் முன் அவன் நின்ற தில்லை–புனிதமான அந்தத் தலையைச் சூழ்ந்திருந்த ஒளியை அவன் கண்டதில்லை. கடவுளை அவன் நேரில் பார்த்ததில்லை.

பாரபாஸின் கண்கள் கொண்டு ஒரு காலத்தில் அதையெல்லாம் பார்ப்பது அவனுக்குச் சாத்தியமாக இருந்தது. இப்போது அந்த அதிசயம் சாத்தியமாக இல்லை.

ஈஸ்டர் காலையில், எரிந்த ஜ்வாலையும் காற்று சூழ, தேவதை வந்து கல்லறையின் மேல் கல்லைப் புரட்டிய காட்சி அவனுக்கு மிகப் பிடித்திருந்தது. அதன் அர்த்தம், கடவுளின் மகன் சீக்கிரமேத் தோன்றித் தன் ராஜ்யத்தை ஸ்தாபிப்பார் என்பதுதானே! இறந்தவர் பிழைத்து இப்போதும் உயிருடனிருந்தால் வாக்களித்திருந்தபடி தன் ராஜ்யத்தை ஸ்தாபிக்க தன் ஜனங்களைக் காப்பாற்ற அவர் வருவார். இதை ஒரு நிமிஷம் கூட நம்பாமல் ஸஹாக் இருக்கவில்லை. அவர்

வந்தவுடன், சுரங்கத்திலிருந்து அவர்கள் வெளி வருவார்கள். அங்கு அடிமைப்பட்டு கிடந்து உழன்றவர்கள் எல்லோரும் விடுதலை பெறுவார்கள். அடிமைகளின் சங்கிலிகளைச் சுரங்க வாயிலில் நின்று கடவுளே தன் கையால் தகர்த்தெறிவார். தன் ராஜ்யத்துக்குள் அவர்களை அன்புடன் ஏற்றுக் கொள்வார் அவர்.

இதை எதிர்பார்த்து ஏங்கினான் ஸஹாக். சுரங்க வாசலை அணுகும் போதெல்லாம் இந்த அதிசயம் நடக்கத் தொடங்கி விட்டதா என்று பார்பான் அவன். மேல் உலகத்தில் நடப்பது எதையும் அவனால் இப்போது அறிந்து கொள்வது சாத்தியமில்லை. எதுவும் நடந்திருக்கலாம் அங்கே. எத்தனையோ அதிசயங்கள் நிகழ்ந்திருக்கலாம். ஆனால் கடவுளின் ராஜ்யம் ஸ்தாபிதமாகியிருந் தால், அவர்களுக்குக் கட்டாயம் விடுதலை கிடைத்திருக்கும். நரகத் தில் வசித்த தன் கடமைகளை யார் மறந்தாலும் அவர் மறக்க மாட்டார்.

ஒரு தரம் எதிர்பாராத ஒரு அதிசயம் நடந்தது. புதுசாக ஒரு அடிமை ஓட்டி வந்திருந்தான். ஸஹாக் மண்டியிட்டுப் பிரார்த்தனை செய்து கொண்டிருக்கும்போது அவன் நெருங்கி வந்து பார்த்துவிட்டான். ஸஹாக் அதைக் கவனிக்கவில்லை. பிரார்த்தனை செய்யாமல் நின்று கொண்டிருந்த பாரபாஸ்தான் அதைக் கவனித்து ஸஹாக்குக்குச் சொன்னான். உடனே ஸஹாக் பாதிப் பிரார்த்தனை யில் எழுந்து கோடாலியால் வெட்டத் தொடங்கினான். அடி விழப் போகிறது என்று அவன் எதிர்பார்த்தான். சவுக்கை எதிர்பார்த்து உடம்பை வளைத்துக் கொண்டான். ஆனால் இருவருக்கும் ஆச்சரியம் தரும்படியாக அப்படி ஒன்றும் நடக்கவில்லை. புது அடிமை ஓட்டி அவர்களண்டை வந்துநின்று, ஸஹாக் எதற்காக அப்படி மண்டியிட்டிருந்தான் என்று அனுதாபத்துடனேயே விசாரித்தான் அதற்கு அர்த்தம் என்ன என்று கேட்டான். ஸஹாக் தடுமாறினான்–திக்கித்திக்கித்தான் தன் கடவுளைப் பிரார்த்தித்துக் கொண்டிருந்ததாகச் சொன்னான்.

"எந்தக் கடவுளுக்கு?" என்று விசாரித்தான் அடிமை ஓட்டி.

ஸஹாக் சொன்னான். அதுபற்றி விஷயம் தெரிந்தவன் மாதிரித் தலையை ஆட்டினான் அடிமை ஓட்டி. சிலுவையில் அறையப்பட்ட தீர்க்கதரிசியைப் பற்றி அவனை விரிவாக விசாரித்தான். அவரைப் பற்றிக் கேள்விப்பட்டிருந்தவன் மாதிரியும், சிந்தித்திருந்தவன் மாதிரியும் பேசினான் அவன். சிலுவையில் அறையப்பட்டுச் சாக அவன் முன் வந்தது உண்மையா? ஒரு அடிமையின் தாழ்ந்த தண்ட னையை அவர் தானாக ஏற்றுக் கொண்டாரா? அப்படியிருந்தும் ஜனங்கள் அவரை மகான் என்று வணங்கியது உண்மை தானா?... அதிசயம் தான்... கடவுளா அவர்? அதிசயம் தான்! காப்பாற்ற

வந்தவர் என்று அவரை ஏன் அழைத்தார்கள்? கடவுளுக்கு விசித்திரமான பெயரல்லவா அது? அதன் அர்த்தம் என்ன? நம்மை அவர் காப்பாற்றுவார் என்று தான் அர்த்தமா அதற்கு? நமது ஆத்மாக்களைக் காப்பாற்றுவாரா? உடலையா அதிசயம் தான்... எதற்காக அவர் வர வேண்டும்?

தனக்குத் தெரிந்த வரையில் சொன்னான் ஸஹாக். அடிமை ஓட்டி கவனமாகக் கேட்டுக் கொண்டான். அறிவற்ற அடிமையின் வார்த்தைகளில் தெளிவோ தொடர்ச்சியோ அதிகமில்லை எனினும் கவனமாகக் கேட்டுக் கொண்டான் அவன். சில சமயம் தலையை ஆட்டுவான்; மற்றபடி அதெல்லாம் தன்னைப் பாதித்த மாதிரி ஆழ்ந்து கவனித்தான். கடைசியில் இந்த உலகில்தான் எத்தனை கடவுள்கள் இருக்கிறார்கள் என்றான் அவன். எல்லாக் கடவுள் களுக்கும் பரிசளித்துவிடுவது நல்லது என்றான்.

சிலுவையில் இறந்த கடவுள் மனிதர்களிடமிருந்து பலி கேட்கவில்லை. தானே தன்னை பலியாக்கிக்கொள்ள வேண்டும் என்றுதான் அவர் சொன்னார் என்றான் ஸஹாக்.

"என்ன சொல்கிறாய்? தன்னையே பலியாக்கிக் கொள்வதா? அப்படி என்றால்...?"

"தன்னுடைய உருக்குச் சாலையில் ஒவ்வொரு மனிதனும் பலியாகவேண்டும், அன்புக்கு என்று அவர் விரும்பினார்" என்றான் ஸஹாக்.

"உருக்குச் சாலையிலா?..." அடிமை ஓட்டி தலையை ஆட்டி னான். "நீ ஒரு அசட்டு அடிமை" என்றான் ஒரு நிமிஷம் கழித்து. "ஆனால் இதெல்லாம் விசித்திரமான கற்பனைகள். இப்படி அசட்டுப் பேச்சுப்பேச எங்கே கற்றுக்கொண்டாய் நீ?"

"ஒரு கிரேக்க அடிமையிடம்" என்றான் ஸஹாக். "இதன் அர்த்தம் கூட உனக்குச் சரிவரத் தெரியாது. ஆனால் அவன் இப்படித்தான் சொல்லுவான்."

"உனக்குத் தெரியாது என்பது நிச்சயம்! யாருக்கும் இந்த வார்த்தைகளின் அர்த்தம் தெரியாதென்பது நிச்சயம். அவன் உருக்குத் தொழிற்சாலையிலா.. உருக்கும் கணப்பா? என்ன அது?..."

இப்படி முணுமுணுத்துக்கொண்டே சுரங்கத்தின் இருட்டில் மறைந்துவிட்டான் புது அடிமை ஓட்டி.

அவர்கள் வாழ்வில் நடந்த இந்த அதிசயத்தைப் பற்றி ஸஹாக்கும் பாரபாஸும் வெகுவாக ஆச்சரியப்பட்டார்கள். எதிர் பாராத இந்தச் சம்பவத்தை அவர்களால் புரிந்து கொள்ளவே முடியவில்லை. எப்படி இந்தக் கருணையுள்ள அடிமை ஓட்டி இங்கு

வந்து சேர்ந்தான்? சாதாரணமான அடிமை ஓட்டிதானா அவன்? இப்படி நடப்பானோ அடிமை ஓட்டிகளில் எவனும்? சிலுவையில் அறையப்பட்டவரைப்பற்றி விசாரித்தானே அவன்? இது எப்படி சாத்தியம்? எப்படியோ அது நடந்தது. அது பற்றி அவர்களுக்குச் சந்தோஷம் தான்.

இதற்குப் பிறகு அடிக்கடி ஸஹாக்குடன் அந்த அடிமை ஓட்டி அவனுடைய கடவுளைப்பற்றிப் பேசினான். பாரபாஸிடம் அவன் பேசுவதேயில்லை. தன் கடவுளைப் பற்றி மேலும் மேலும் சொல்ல அவன் ஸஹாக்கைத் தூண்டினான். அவர் வாழ்ந்தது அதிசயங்கள் விளைவித்தது எல்லாவற்றையும் திரும்பத் திரும்பக்கேட்டான். ஒருவரையொருவர் நேசிப்பது என்ற அவருடைய விசித்திரமான கொள்கைபற்றி நிமிண்டி நிமிண்டிக்கேட்டான். ஒருநாள் அடிமை ஓட்டி சொன்னான்.

"நானே பல நாட்களாக இந்தக் கடவுளிடம் நம்பிக்கை வைக்கலாமா என்று சிந்தித்துக்கொண்டிருக்கிறேன். ஆனால் எப்படி முடியும்? இப்படி அதிசயமான ஒன்றில் நான் எப்படி நம்பிக்கை வைக்கமுடியும்? அடிமை ஓட்டியாகிய நான், எப்படி சிலுவையில் இறந்த ஒரு அடிமையிடம் நம்பிக்கை கொள்ளமுடியும்?"

"அடிமையின் சாவு செத்தது தன் தீர்க்கதரிசி கடவுளே தான் என்று பதிலளித்தான் ஸஹாக். அவர் ஒருவர்தான் கடவுள். அவரிடம் நம்பிக்கை வைப்பவர்கள் வேறு எந்தக் கடவுளிடமும் நம்பிக்கை வைக்க முடியாது" என்றான்.

"ஒரே கடவுளா? அடிமையின் சாவு செத்த அவர் தான் ஒரே கடவுளா? என்ன அகம்பாவம்! ஒரே கடவுள்தான் உண்டு அவரைச் சிலுவையில் ஜனங்கள் கொன்றார்கள் என்கிறாயா நீ?"

"ஆமாம்" என்றான் ஸஹாக்.

வார்த்தை எதுவும் சொல்லமாட்டாமல் பிரமித்து அவனையே பார்த்தான் அடிமை ஓட்டி, தலையை ஆட்டிக்கொண்டு சுரங்கப் பாதைகளிலே திரும்பி மறைந்து விட்டான்.

அவனைப் பார்த்துக்கொண்டே இருவரும் நின்றார்கள். அடுத்த விளக்கண்டை போகும்போது அவன் மறுபடியும் கண்ணில் பட்டான். அதற்கப்பால் கண்ணில்படாமல் இருட்டில் மறைந்து விட்டான்.

அதிகமாகக் கேள்விப்படக் கேள்விப்படப் புரியாமலிருந்த இந்தக் கடவுளைப்பற்றி அந்த அடிமை ஓட்டி இடைவிடாமல் சிந்தித்தான். அவர் ஒருவரேதான் கடவுள் என்பது உண்மையாக இருக்குமானால்? வேறு யாருக்கும் பிரார்த்தனை செய்வது தவறு என்பது நிஜமே யானால், வானத்தையும் பூமியையும் ஆளும் சக்திவாய்ந்த ஒரே

நற்றிணை பதிப்பகம் ● 95

கடவுளாக அவர் இருந்தால்... அவர் உபதேசத்தைத் தவிர வேறு எதுவும் உண்மையல்ல என்பது நிஜம். என்றால்...! புரிந்துகொள்ள முடியாத உபதேசம் அது!" "ஒருவரை ஒருவர் நேசியுங்கள்" நேசியுங் கள்...." இதை யார் அறிந்து கொள்ள இயலும்.

தனிமையில் இருட்டில் நின்று சிந்தித்துப் பார்த்தான் அவன். அவன் செய்ய வேண்டியது என்ன என்று திடுமென்று அவனுக்குத் தெரிந்துவிட்டது. புரியாத அந்தக் கடவுளிடம் நம்பிக்கை வைத்திருந்த அடிமையை அங்கிருந்து அகற்றிவிடவேண்டும். இந்தக் கடவுளையோ அவர் உபதேசங்களையோ தன்னால் புரிந்துகொள்ள முடியவில்லை என்பது உண்மைதான். ஆனால் இது செய்யலாம். இதுதான் கடவுளின் சித்தம் என்று அவனுக்குத் தோன்றியது.

சுரங்கத்தைச் சேர்ந்த வயல்களில் வேலை செய்யும் அடிமை களின் தலைவனைத் தேடிப்போனான் அவன். அவன் சொன்னதைப் புரிந்துகொண்டதும் குடியானவனின் முகமும் வாயும் உள்ள அந்த அடிமை ஓட்டி, அதிலிருந்து தப்பித்துக் கொள்ள முயன்றான். புதுசாகப் பல அடிமைகள் அவனுக்குத் தேவைதான் எனினும் சுரங்கத்திலிருந்து யாரும்வேண்டாம் என்றான் அவன். இழுப்பதற்குப் போதிய மாடுகள் இல்லை–புது அடிமைகளை உபயோகித்துத்தான் ஆகவேண்டும். சுரங்கத்தில் வேலை செய்தவர்கள் பலமில்லாதவர் களாக இருப்பார்கள் என்றான். ஆனால் கடைசியாக சுரங்க அடிமை ஓட்டி சொன்னதை அவன் ஏற்றுக்கொண்டான்.

மறு நாள் வழக்கத்தைவிட அதிக நேரம் அந்த அடிமை ஓட்டி ஸஹாக்கிடம் அவன் கடவுளைப்பற்றிப் பேசிக் கொண்டு நின்றான். அவனுக்காகச் செய்த ஏற்பாட்டைப் பற்றியும் சொன்னான். காவ லாளியிடம் அவன் போனால் சங்கிலிகளைப் பிணைத்து அவனை மேலே வயலில் வேலை செய்யப் போகலாம் அவன்.

தன் காதில் விழுந்ததை நம்பமாட்டாமல் அவனைப் பார்த்தான் ஸஹாக். "அது உண்மைதானா? உண்மைதான்" என்றான் அடிமை ஓட்டி. ஸஹாக்கின் கடவுள் சாதித்த காரியம் இது என்றும் சொன்னான்.

மார்பை இரண்டு கைகளாலும் அழுத்திக்கொண்டு ஒரு விநாடி மௌனமாக நின்றான் ஸஹாக். பிறகு சொன்னான்–தன் சக அடிமையினிடமிருந்து பிரிந்து போக அவன் விரும்பவில்லை என்று. தங்கள் இருவரும் ஒரே கடவுளிடம் நம்பிக்கையுள்ளவர்கள் என்றான்.

பாரபாஸை ஆச்சரியத்துடன் பார்த்தான் அடிமை ஓட்டி. "அதே கடவுளை நம்புகிறானா அவனும்? ஆனால் உன்மாதிரி அவன் மண்டியிட்டுப் பிரார்த்தனை செய்வதில்லையே!"

"இல்லை" என்று திடமில்லாத குரலில் சொன்னான் ஸஹாக். அது உண்மைதான். வேறு ஒரு விதத்தில் அவன் எனக்கு மிகவும் நெருங்கியவன். என் கடவுள் சிலுவையில் அவஸ்தைப்பட்டு உயிர் நீத்தபோது பக்கத்திலிருந்து பார்த்தவன் அவன். அவர் தலைமேல் ஒரு ஜோதியைப் பார்த்தவன் அவன். அவர் கல்லறை மூடியை ஒரு தேவதை புரட்டி எறிந்ததைக் கண்டவன்! அவர் பெருமையை எனக்கு எடுத்துச் சொல்லி என் கண்களைத் திறந்தவன் அவன் தான்.

இதெல்லாம் அடிமை ஓட்டிக்குப் புரியவில்லை. புதிராக இருந்தது. தலையை ஆட்டினான் அவன். பாரபாஸை உற்று நோக்கினான். ஒருவரையும் நிமிர்ந்துபார்க்காத அந்த அடிமையும் அதே கடவுளிடம் நம்பிக்கை வைத்திருந்தானா? அது உண்மையா? அவனைக் கண்டாலே தனக்குப் பிடிக்கவில்லையே.

அவனையும் விடுவித்து சுரங்கத்துக்கு வெளியே அனுப்ப அவனுக்குக்கிஷ்டமில்லை. ஆனால் ஸஹாக் மீண்டும் சொன்னான்.

"அவனிடமிருந்து பிரிய நான் விரும்பவில்லை" என்று.

தனக்குத் தானே முணுமுணுத்துக்கொண்டு, ஓரக் கண்ணால் பாரபாஸைப் பார்த்துக்கொண்டு நின்றான் அடிமை ஓட்டி. கடைசி யில் ஸஹாக் விருப்பப்படியே பாரபாஸையும் அவனுடன் அனுப்ப ஒத்துக்கொண்டான். அவர்களிருவரும் சேர்ந்தே இருக்கலாம் என்றான். பிறகு தனிமையில் சிந்திக்க அவர்களை விட்டுப் போனான்.

உரிய காலத்தில் ஸஹாக்கும் பாரபாஸும் காவலாளியின்முன் போய் நின்றார்கள். சங்கிலிகளை அகற்றி விட்டு, சுரங்கத்திலிருந்த அவர்களை வெளியே அழைத்துப் போனார்கள். வெளியே வஸந்த காலம்–நண்பகல், புல்லும் பச்சையுமாகவும் மணம் வீசிப் பசுமையாக இருந்ததைக் கண்டதும், பச்சை வயல்களையும், பள்ளத்தாக்குகளையும், கடலையும் கண்ட ஸஹாக் மண்டியிட்டுப் பரவசத்துடன் கூவினான் அவன்.

"அவர் வந்துவிட்டார்! அவர் வந்துவிட்டார்! பார்! இதோ அவர் ராஜ்யம் ஸ்தாபிதமாகிவிட்டது."

அவர்களை அழைத்துச் செல்ல வந்திருந்த அடிமை ஓட்டி ஆச்சரியத்துடன் அவனைப் பார்த்தான். பிறகு காலால் உதைத்து எழுப்பி "வா போகலாம்" என்றான்.

ஏரில் பூட்டி ஜோடிக் காளைகள் மாதிரி உபயோகப்பட அவர் கள் இருவரும் லாயக்கானவர்கள்தான். ஜோடியாக இருவரும் வெகு நாட்கள் பிணைக்கப்பட்டிருந்தவர்கள் தானே! மாடுகள் போலப் பழகியவர்கள்தான் இருவரும். உடல் மெலிந்து பலமிழந் திருந்தார்கள். அரைத் தலை மயிருடன் அவர்களைப் பார்த்து மற்ற

அடிமைகள் சிரித்தார்கள் என்பதும் உண்மையே! எங்கிருந்து வந்தவர்கள் என்பது பார்த்த மாத்திரத்திலேயே தெரிந்தது. ஆனால் அவர்களில் ஒருவன் சீக்கிரமே மீண்டும் பலசாலியாகி விட்டான். ஏர் இழுக்கிற காரியத்தை அவர்கள் தெம்புடனேயே செய்தார்கள். அவர்களிடம் அடிமை ஓட்டிக்குத் திருப்திதான். சுரங்கத்திலிருந்து வந்தவர்கள் இதற்கு மேல் உபயோகப்பட மாட்டார்கள்.

நடந்தது பற்றி அவர்களுக்கும் மிகவும் திருப்திதான்–நன்றிதான். காலைமுதல் இரவு வரையில் மாடுகள் போல அவர்கள் உழைக்கவே வேண்டியதாக இருந்தது. ஆனால் முன்னைக்கிப்போது எவ்வளவு வித்தியாசம்? நல்ல காற்றை சுவாசிக்க முடிந்தது. சூரியனைப் பார்க்க முடிந்தது. சாட்டையடி தப்ப முடியாதிருந்தது உண்மைதான். அவர்கள்மேல் வியர்வை ஆறாக ஓடியதென்பதும் உண்மைதான். இருந்தும் செத்தவர்கள் உலகிலிருந்து உயிர் பெற்றுத் திரும்பியவர்கள் அவர்கள். காலை மாலை, பகல் இரவு, சூரியன், சந்திரன், எல்லா வற்றையும் கண்டு ஆனந்திக்க முடிந்தது அப்போது. ஆனால் கடவுளின் ராஜ்யம் இன்னும் இவ்வுலகில் ஸ்தாபிதமாகவில்லை என்று அவர்கள் அறிந்துகொண்டார்கள்.

கொஞ்சம் கொஞ்சமாக மற்ற அடிமைகள்கூட அவர்களிடம் மரியாதை காட்டத் தொடங்கினார்கள். அவர்களை மிருகங்கள் என்று நினைப்பதை நிறுத்திவிட்டார்கள். அவர்களுடைய தலை மயிர் வளர்ந்தது–மற்றவர்களைப் போல அவர்களும் ஆனார்கள். அவர்களைக் கேலி செய்வதை நாளைடைவில் நிறுத்தி விட்டார்கள் மற்ற அடிமைகள். சுரங்கத்திலிருந்து அவர்கள் எப்படித் தப்பி வந்தார்கள் என்பது பெரிய ஆச்சரியமாகத்தான் இருந்தது மற்ற வர்களுக்கு. இஷ்டமிருந்ததோ இல்லையோ இதை மற்றவர்கள் அங்கீகரித்துதானே யாகவேண்டும்? இதெல்லாம் எப்படி நேர்ந்தது என்று அவர்களிடமிருந்து அறிந்துகொள்ள முயன்றார்கள். ஆனால் புதிதாக வந்தவர்கள் அதிகமாகப் பேசுவதில்லை.

அப்படிப் பேசாமல் ஒருவரை ஒருவர் ஒட்டி அவர்கள் வாழ வேண்டியதில்லை. அவர்களைப் பிணைத்திருந்த இரும்புச் சங்கிலி இப்போதில்லை. அவர்களுக்கு இஷ்டமிருந்தால், மற்றவர்களில் சிலருடனாவது அவர்கள் சிநேகமாக இருந்திருக்கலாம். ஒருவருடன் ஒருவர் பிணைக்கப்பட்டவர்களைப் போல இன்னமும் இருக்க வேண்டியதில்லை. ஆனாலும் அப்படியேதான் இருந்தார்கள் அவர்கள். பிரிக்க முடியாதவர்கள் போல நெருங்கியே தான் அவர்கள் இருவரும் வாழ்ந்தார்கள். இப்போது அவர்கள் தங்களுக்குள்கூட அதிகம் பேசிக் கொள்வதில்லை–இருந்தும் சேர்ந்தேதான் இருந்தார்கள். அவர்கள் மனம் பிரிந்து விட்டது–உடல் பிரியவில்லை இன்னமும்.

வேலை செய்யும்போது அவர்களிருவரும் சேர்ந்தே இருக்க வேண்டியதாக இருந்தது. மற்ற நேரங்களில் அவர்கள் மற்றவர்களுடன் கலந்திருக்கலாம். ஆனால் அவர்களுடன் சேர அவர்கள் சாதாரண அடிமைகள் அல்ல. இல்லாத சங்கிலி இன்னமும் அவர்களைப் பிணைத்தது. இரவில் விழித்துக்கொண்டு சங்கிலியைக் காணோம் என்று உணரும்போது அவர்களுக்கே பயமாக இருந்தமாதிரி இருந்தது. பக்கத்தில் பக்கத்தில் படுத்திருக்கிறோம் என்பதே அவர்களுக்குப் பெரிய ஆறுதலாக இருந்தது.

இப்படிப்பட்ட ஒரு விஷயம் உண்மையாவதைப் பார்க்க பாரபாஸ் உயிர் வைத்திருந்தது ஆச்சரியம்தான். அவன் என்றுமே யாருடனும் சேராதவன். அதிசயம்தான் இது! வேறு ஒருவனுடன் பிணை பட்டிருப்பதிலும் ஒரு ஆனந்தமா? இரும்புச் சங்கிலிப் பிணைப்பும் அவசியமாக முடியுமா? இப்போது சங்கிலி இல்லை. ஆனால் அந்தப் பிணைப்பு இருந்தது. அதைக் காணோமே என்று இரவில் தடவிப் பார்த்தான். இருக்கக்கூடாதா என்று ஏங்கினான்!....

ஸஹாக் அப்படியில்லை. எதிர்மாறாக அவன் தங்களுக்கிடையில் நெருக்கம் முன்போல் இல்லையே என்று வருந்தினான். ஏன் இல்லை?

நரகத்திலிருந்து, சுரங்கத்திலிருந்து அவர்கள் தப்பி வெளியேறியது பற்றி அவர்கள் பேசுவதே இல்லை. முதல் இரண்டொரு நாட்கள் பேசினார்கள். அதற்குப் பிறகு பேசவில்லை. கடவுளின் மகன், காப்பாற்ற வந்தவர்தான் தங்களை வெளியேற்றிக் காப்பாற்றினார் என்பது ஸஹாக்கின் அபிப்பிராயம். இருக்கலாம்... ஸஹாக்கை வெளியேற்றியது அவர்தான்... ஆனால் பாரபாஸை வெளியேற்றியது ஸஹாக்தான். அது தானே உண்மை?

எப்படிச் சொல்வது, எது உண்மை என்று?

தன்னையும் காப்பாற்றியது பற்றி ஸஹாக்குக்கு நன்றி சொல்லி விட்டான் பாரபாஸ். கடவுளுக்கு நன்றி செலுத்தினானா? செய்திருப்பான். ஆனால் அது நிச்சயமாகத் தெரியவில்லை. நிச்சயமாகச் சொல்வதற்கில்லை.

பாரபாஸிடம் பிரியமும் அன்பும் ஸஹாக்குக்கு வளர்ந்தது. ஆனால் அவனைப்பற்றித் தனக்கு மிகவும் கொஞ்சமாகத்தானே தெரியும் என்று வருந்தினான் அவன். இருவரும் சேர்ந்து பிரார்த்தனை செய்ய முடிவதில்லையே என்பது ஸஹாக்கை மிகவும் துன்புறுத்தியது. அப்படிப் பிரார்த்தனை செய்ய முடிந்திருந்தால் எவ்வளவு நன்றாக இருந்திருக்கும். அதற்காக அவன் அவனை வையவில்லை – திட்டவில்லை. புரிந்துகொள்ள முடியவில்லையே என்று வருந்தினான்.

நற்றிணை பதிப்பகம் ● 99

பாரபாஸைப் பற்றி யாரும் புரிந்துகொள்ள முடியாத விஷயங்கள் பல இருந்தன... ஆனால் தீர்க்கதரிசி செத்ததையும் எழுந்ததையும் கண்ணாரக் கண்டவன் அவன். அவர் தலையை வட்டமிட்ட ஜோதியைப் பார்த்தவனும் அவன்தான். ஆனால் அதெல்லாம் பற்றி இப்போது அவர்கள் பேசுவதில்லை.

ஸஹாக் துயரப்பட்டான் –ஆனால் தனக்காக அல்ல. வடுக் களால் ஏற்பட்ட அவன் முகமும், மெலிந்த சாட்டையடி வடுக்கள் நிறைந்த அவன் உடலும் அவனைத் துயரில் ஆழ்த்தவில்லை. தனக் காக வருந்தவில்லை அவன். அவன் சந்தோஷமாகவேதான் இருந் தான். கடவுள் அவனுக்காகவென்று நரகத்திலிருந்து அவனை மீட்கும் அதிசயத்தை வேறு செய்திருந்தார். வயல்களிலே பசுவையும் வர்ண மலர்களும் நிறைந்திருந்தன. அதைப்பற்றி அவர் எவ்வளவு அழகாகப் பேசியிருந்தார்.

பாரபாஸுக்கும் அந்த அதிசயத்தை அவர் செய்தார். ஆனால் அவன் எந்தவிதமான சிந்தனைகளுடன் உலகைப் பார்த்தான் மீண்டும் என்று யாரும் சொல்ல முடியாது.

மேலே அவர்கள் காலத்தில் ஒரு பகுதி இப்படியாகக் கழிந்தது.

வஸந்த உழுகை முடிந்துவிட்டது. ஜலம் இழுக்கும் வேலை அவர்களுக்குத் தரப்பட்டது. இதுவும் கடினமான வேலைதான். ஜலம் இழுக்காவிட்டால் எல்லாம் உலர்ந்து விடும். அறுவடைக்குப் பின் அவர்களை மாவு யந்திரம் இழுக்கும் வேலைக்கு ஏவினார்கள். ரோமாபுரியின் பிரதிநிதியின் கட்டிடங்களில் ஒன்றுதான் இந்த மாவு யந்திரம். ஒரு கிராமத்தில் தனியாக இருந்தது அது. கப்பல் துறை முகத்தில் ஒரு புழுதிபடிந்த அழுக்கான கிராமம் அது. கடற் கரை ஓரத்திலிருந்தது அது.

அங்கே மாவு மில்லில்தான் அவர்கள் அந்த ஒற்றைக் கண்ணனைச் சந்தித்தார்கள்.

கத்தரித்து விடப்பட்ட தலைமயிருடன் பருத்துக் கொழுத்திருந்த அடிமை அவன். அவன் வாய் சுருங்கி மிகவும் சிறியதாக இருந்தது. ஒரு கண்ணால் திருட்டுத்தனமாக உலகைப் பார்த்தான் அவன். ஒரு தரம் நாலுபடி மாவு திருடிவிட்டான் என்பதற்காக ஒரு கண்ணை அவித்து விட்டார்கள். அவன் கழுத்திலே அதற்குத் தண்டனையாக ஒரு பெரிய சட்டத்தையும் மாட்டிவிட்டிருந்தார்கள். சாக்குகளில் மாவு போட்டு நிரப்பவேண்டியது அவன் வேலை. அந்த வேலையையோ, அவன் தோற்றத்தையோ அசாதாரண மானதாகச் சொல்ல முடியாது. இருந்தும் அவனைப் பார்க்கும்போதே அவன் சாதாரணமானவன் அல்லன் என்பது தெரியும். யாருடைய நிம்மதியையும் கெடுத்து விடக் கூடியவன் அவன்.

புதிதாக வந்தவர்கள் இருவரையும் அவன் பார்த்ததாகக் கூடக் காட்டிக் கொள்ளவில்லை. மிகவும் கனமான யந்திரக்கல்லை இழுக்கும் வேலை அவர்களுக்குத் தரப்பட்டிருந்ததைக் கண்டும் அவன் கேலியாகச் சுட்டிக்காட்டினான். அவன் சிரித்து யாரும் பார்த்ததில்லை. நாலு யந்திரங்கள் இருந்தன. ஒரு யந்திரத்தை இழுக்க இரண்டிரண்டு அடிமைகள் நியமிக்கப்பட்டிருந்தனர். வழக்கமாகக் கழுதைகளைவிட இங்கு அடிமைகள்தான் அதிகம் – மலிவு. முன்னை விட இதுவும் சிறந்த விஷயமாகத்தான் அவர்கள் இருவருக்கும் தோன்றியது. வேலை சிரமம்தான் என்றாலும், ஸஹாக்குக்கும் பாரபாஸுக்கும் இங்கு உணவு அதிகமாக கிடைத்தது. அடிமை ஓட்டியும் அவர்களை அதிகமாகத் தொந்தரவு செய்வதில்லை. சாட்டையை உபயோகிக்காமல் முதுகில் போட்டுக் கொண்டு போகிறவன் அவன். ஒரே ஒரு குருட்டு அடிமையைத் தவிர அவன் வேறு யாரையும் அடிப்பதே கிடையாது.

வருஷக்கணக்காக மாவு படிந்து மாவு மில்லுக்குள் எங்கும் ஒரே வெள்ளையாக இருந்தது. தரை சுவர்கள் கூரையிலிருந்த ஒட்டடை எல்லாம் மாவால் வெள்ளையாக இருந்தன. மாவு எங்கும் பறந்தது. யந்திரங்களின் ஓசை மூலைமுடுக்குகளை எல்லாம் நிரப்பியது. எல்லா அடிமைகளும் நிர்வாணமாகவேதான் வேலை செய்தார்கள். ஒற்றைக் கண்ணன் மட்டும்தான் இடுப்பிலே ஒரு சாக்கைக் கட்டிக் கொண்டு, எலிமாதிரி திருட்டுத் தனமாக வந்து போய்க்கொண்டிருந்தான். கழுத்தில் தொங்கிய மரச் சட்டம் எலிப்பொறியில் மாட்டிக் கொண்ட எலியின் தோற்றத்தை அவனுக்கு அளித்தது. தனியாக இருக்கும்போது அவன் மாவைப் பிடிபிடியாகத் தின்றான் என்று சொன்னார்கள். அவன் அப்படித் தின்னாதிருப்பதற்காகத்தான் கழுத்தில் அந்தச் சட்டம் மாட்டப்பட்டிருந்தது. ஆனால் அகப்பட்டுக் கொண்டால், இன்னொரு கண்ணும் போய்விடும் என்று அவனுக்குத் தெரியும். வேண்டுமென்றே கெட்டிக்காரத்தனமாக அவன் திருடினான் என்று சொன்னார்கள்.

புதுசாக வந்த அடிமைகள் பற்றி அவனுக்குச் சிறிதும் கவலையே இல்லை. ரகசியத்தில் அவர்களை அவன் கவனித்தான். மற்றவர்களையும் அவன் அப்படித்தான் கவனித்தான். அவர்களிடம் விரோதம் பாராட்ட அவனுக்கு என்ன கிடைக்கும்? எப்படிக் கிடைக்கும்?அவர்களைப் பற்றி அவன் கேள்விப் பட்டிருந்தான். ஆனால் அவர்களை இதற்கு முன் அவன் பார்த்தது கூட இல்லை. யாரிடமும் அவனுக்கு எவ்வித விரோதமும் இல்லை.

சுரங்கத்தில் வேலை செய்த அவர்கள் பயங்கரமான குற்றவாளிகளாகத்தான் இருந்திருக்க வேண்டும். ஒருவன் குற்றவாளி மாதிரிதான் இருந்தான். அதை மறைக்க அவன் முயன்ற மாதிரியும்

இருந்தான். அதை மறைக்க அவன் முயன்ற மாதிரியும் இருந்தது. அல்பன் அவன். ஆனால் மற்றவன் அசடன் என்பது தெரிந்தது. ஆனால் அவர்கள் எப்படிச் சுரங்கத்திலிருந்து வெளி வந்தார்கள்? நரகத்திலிருந்து மீட்சி எப்படிக் கிடைத்தது? யார் உதவினார்கள் அவர்களுக்கு? அதுதான் விஷயம். ஆனால் அதற்கும் அவனுக்கும் என்ன சம்பந்தம்?

காத்திருந்தால் எதுவும் தெளிவாகிவிடும். எதற்கும் ஒரு விளக்கம் சுலபமாகவே காலக்கிரமத்தில் கிடைத்து விடும் என்பது நிச்சயம் தானே விளங்கிவிடும் எல்லாம். கண்கள் திறந்திருந்தால் போதும் – விஷயம் விளங்கிவிடும், காத்திருந்தான் ஒற்றைக் கண்ணன்.

ஒரு இரவு மெலிந்தவன் மண்டியிட்டுப் பிரார்த்தனை செய்வதை ஒற்றைக் கண்ணன் பார்த்துவிட்டான். ஏன் அப்படிச் செய்தான்? ஏதோ ஒரு கடவுளுக்குப் பிரார்த்தனை செய்தான்–எந்தக் கடவுளுக்கு? இப்படி மண்டியிட்டு எந்தக் கடவுளுக்குப் பிரார்த்தனை செய்வார்கள்?

ஒற்றைக் கண்ணனுக்குப் பல கடவுள்களைப் பற்றித் தெரியும். ஆனால் அவர்களில் யாருக்கும் பிரார்த்தனை செய்ய அவனுக்குத் தோன்றியிராது. கோயிலில் உருவச் சிலைக்கு முன் மற்றவர்கள் பிரார்த்தித்தது போல செய்வது போல அவனும் செய்திருப்பானே தவிர, இந்தமாதிரி மூலையில் மண்டியிட்டுப் பிரார்த்தனை செய்திருக்க மாட்டான் என்பது நிச்சயம். இருட்டில் அந்த மூலையில் எந்தக் கடவுள் எப்படி இருக்கமுடியும்? முட்டாள்! தன்னைக் கவனித்த ஒருவனுடன் பேசுவதுமாதிரி வாயால் வார்த்தை சொல்லி ஏதோ தன் கடவுளிடம் சொல்லிக் கொண்டிருந்தான் அவன். அதுவும் விசித்திரம்தான், 'குசுகுசு' வென்று அவன் ஏதோ சொல்லிக் கொண்டிருந்தான். வெறும் கற்பனை தான் எல்லாம் – அங்குக் கடவுள் என்று எதுவும் இல்லை!

இல்லாததில் உற்சாகம் காட்டுவது சிரமம். ஆனால் இதைக் கண்டதற்குப் பிறகு ஒற்றைக் கண்ணன் ஸஹாக்கிடம் அடிக்கடி பேச்சுக் கொடுத்தான். தனக்குத் தெரிந்த அளவில் ஸஹாக் விஷயத்தை அவனுக்கு எடுத்துச் சொன்னான். இருட்டிலும், எங்கும் இருந்தார் தன் கடவுள் என்றான். எங்கும் எப்போதும் அவரை அழைக்கலாம் – அவர் வருவதை உணரலாம் என்றான். தன் உள்ளத்தில் அவர் இருப்பதை உணர்ந்து ஆனந்திக்கலாம். "விசித்திர மான கடவுள் தான்" என்றான் ஒற்றைக் கண்ணன்.

"ஆமாம், விசித்திரமான கடவுள்தான்" என்றான் ஸஹாக்.

கேள்விப்பட்டதை இரண்டு நிமிஷம் சிந்தித்தான் ஒற்றைக் கண்ணன். சக்தி வாய்ந்த கடவுள் தான் ஸஹாக்கின் கடவுள்.

சுரங்கத்திலிருந்து வெளியேற அவனுக்கு உதவியது அந்தக் கடவுள் தானே என்று கேட்டான்.

"ஆம், அவர்தான் உதவினார்!" என்றான் ஸஹாக்.

அடிமைப்பட்டு கஷ்டப்படுகிறவர்கள் எல்லோருக்கும் அவர் தான் கடவுள், பிரபு என்றான் ஸஹாக். சங்கிலிகளைத் தகர்த்தெறிந்து அவர்களை மீட்க வருவார் கடவுளின் மகன். தன் நம்பிக்கையைச் சொல்ல விரும்பினான் ஸஹாக். இதைக் கேட்க ஒற்றைக் கண்ணன் விரும்பியதாகவும் அவனுக்குத் தோன்றியது.

"அப்படியா?" என்றான் ஒற்றைக் கண்ணன்.

எல்லோருக்கும் சொர்க்கம் கிடைக்க வழியுண்டு–அந்த வழி என்ன என்று அறிந்துகொள்ள ஒற்றைக் கண்ணன் விரும்பியதாகவும் ஸஹாக்குக்குத் தோன்றியது. கடவுளின் சித்தம் அவன் அவருக்கு சாட்சி சொல்ல வேண்டும் என்பதுவானால் அவன் சொல்லத் தயாராகவே இருந்தான். அடிக்கடி தன் கடவுளைப் பற்றி அவனிடம் பேசத் தொடங்கினான் அவன். பாரபாஸுக்கு இதில் சற்று வருத்தம் தான். ஒற்றைக் கண்ணனிடம் அவனுக்கு நம்பிக்கையில்லை. அவனுடன் தன் சகா பேசியதையே அவன் விரும்பவில்லை என்று தான் சொல்லவேண்டும். கடைசியில் ஒரு நாள் பரம ரகசியமான தன் தாலி விஷயத்தையும் ஒற்றைக் கண்ணனிடம் அவன் சொல்லி விட்டான். அவன் கடவுளின் பெயரைக் கேட்ட ஒற்றைக் கண்ணனிடம் பெயரைச் சொல்லிவிட்டு, அது தன் தாலியில் பொறிக்கப்பட்டிருப்பதையும் காட்டினான். மிகவும் கவனமாக ஒற்றைக் கண்ணன் அந்தத் தாலியைத் தடவித் தடவிப் பார்த்தான். கிரேக்க அடிமை அந்தப் பெயரை எப்படி எழுதினான் என்பதை விசாரித்து அறிந்து கொண்டான். கடவுளின் பெயரை இப்படி எழுதுவதே ஒரு விசித்திரம் தானே!

மீண்டும் ஒருதரம் தாலிக்குப் பின் இருந்த பெயரைப் பார்த்து விட்டு அதைத் திருப்பி விட்டுக்கொண்டான். ஆனந்தத்துடன் தான் கடவுளின் அடிமை–அவருக்கே சொந்தம் என்றும் சொல்லிக் கொண்டான்.

"அப்படியா?"

சிறிது நேரம் கழித்து மற்றவன் தாலியிலும் இப்பெயர் எழுதி யிருக்கிறாதா என்று விசாரித்தான்.

"இருக்கிறது, ஆம்" என்றான் ஸஹாக்.

தனக்கும் அவனுக்கும் ஒரேவிதமான கடவுளும் நம்பிக்கையும் உண்டா என்பது அவனுக்கு நிச்சயமாகத் தெரியாது–எனினும் அவன் இப்படிப் பதில் சொல்லி வைத்தான். ஏனென்றால் அந்தப்

பலசாலியான பாரபாஸ் என்றும் பிரார்த்தனை செய்வதே கிடை யாது. இதற்குப் பிறகு பலதடவைகள் ஒற்றைக் கண்ணனும், ஸஹாக்கும் ஸஹாக்கினுடைய கடவுளைப் பற்றிப் பேசினார்கள். இருவரும் மிகவும் நெருங்கிக் கொண்டிருப்பதாக ஸஹாக் எண்ணிக் கொண்டான். அவனிடம் தன் ரகசியத்தைச் சொன்னது நல்ல விஷயம்–கடவுளின் காரியம் அது என்று தான் ஸஹாக் எண்ணி னான். கடவுள் இஷ்டப்படியே இது நடந்தது என்று அவன் நினைத்தான்.

ஆனால் ஒரு நாள் காலையில் அடிமை ஓட்டி வந்து பார பாஸையும் ஸஹாக்கையும் ரோம சக்கரவர்த்தியின் பிரதிநிதி பார்க்க விரும்புகிறார் என்று சொன்னதும் எல்லோரும் ஆச்சரியத்தில் முழ்கினார்கள். இந்தமாதிரி அவர்கள் அனுபவத்தில் என்றுமே நடந்ததில்லை. அடிமைகளைப்போலவே அடிமை ஓட்டியும் ஆச்சரியப்பட்டான். அவனுக்குத் தெரிந்தும் இப்படி நடந்ததில்லை. கேவலம் அடிமைகளைச் சக்கரவர்த்தியின் பிரதிநிதி பார்க்க விரும்புவதாவது? இதன் காரணம் என்ன? மிகவும் தாழ்ந்த அடிமைகள் இருவர், பிரதிநிதி முன் போய் நிற்பதாவது? ஆச்சரியம் தான். அவனே அவர்களை கவலையுடன் அழைத்துப் போக இருந்தான். இதற்குமுன் அடிமை ஓட்டிகூட அந்த மாளிகைக்குள் கால் வைத்தது கிடையாது. ஆனால் அவனுக்கும் அதற்கும் என்ன சம்பந்தமிருக்கப்போகிறது? அங்கு அவர்கள் போய்ச் சேருவதற்கு மட்டும்தான் அவன் பொறுப்பு. குறிப்பிட்ட நேரத்தில் அவர்கள் கிளம்பினார்கள். எல்லோரும் அவர்களையே ஆச்சரியத்துடன் பார்த்தனர். ஒற்றைக் கண்ணனும் பார்த்துக்கொண்டு நின்றான்.

குறுகலான சந்துகளிலே வழி கண்டுபிடித்து பாரபாஸும், ஸஹாக்கும் கவர்னரின் மாளிகையைத் தனியாகக் கண்டிபிடித்திருக்க மாட்டார்கள். வழி காட்டிக் கொண்டு வந்தான் அடிமை ஓட்டி. இருவரும் நெருக்கியடித்துக்கொண்டுதான் தெருவிலும் நடந்தார் கள்–ஜோடிக் காளைகள் மாதிரி. மீண்டும் சங்கிலி போட்டு அவர்கள் பிணைக்கப்பட்டிருப்பதுபோல இருந்தது.

வாசற் கதவுடன் பிணைக்கப்பட்டிருந்த ஒரு கறுப்பு அடிமை அவர்களுக்குக் கதவைத் திறந்துவிட்டான். அழகான வேலை செய்யப்பட்ட சொடார் மரத்தினாலானவை அந்தக் கதவுகள். ஒரு அதிகாரி வந்து முன் கூடத்தைத் தாண்டி அவர்களை அழைத்துப் போனான். ஒரு முற்றத்தை தாண்டி ஒரு நடுத்தரமான அறைக்கு அவர்களை அழைத்துச் சென்றான். அந்த அறையில் ரோம கவர்னரின் முன் நின்றார்கள் மூவரும்.

கீழே விழுந்து அவரை வணங்கினார்கள் மூவரும். நெற்றி நிலத்தில் பட நமஸ்கரித்தார்கள். தங்களைப் போலவே ஒரு மனிதரான

அவர் முன் இப்படி நமஸ்கரிப்பது மனிதத் தன்மையல்ல என்று தான் பாரபாஸும் ஸஹாக்கும் எண்ணினார்கள்–எனினும் அப்படித் தான் செய்ய வேண்டும் என்று அடிமை ஓட்டி அவர்களைப் பயமுறுத்தி வைத்திருந்தான். எழுந்திருக்கலாம் என்று அவர் சொல்லும் வரையில் அவர்கள் மூவரும் எழுந்திருக்கவில்லை. அறையின் எதிர்கோடியில் ஒரு ஆஸனத்தில் சாய்ந்திருந்த அவர் அவர்களை அணுகி வரச் சொல்லிக் கையைக் காட்டினார். தயங்கித் தயங்கி முன்னேறி அவர் முன் நிமிர்ந்து நின்றார்கள் அவர்கள். அறுபது வயதிருக்கும் அவருக்கு: உறுதியான உடலுள்ளவர். பருத்த முகம்– ஆனால் சதை தொங்கவில்லை. அகன்ற முகவாய்க்கட்டை. உத்தரவிடப் பழகிய வாய் கண்கள் தீட்சண்யமானவை – ஆனால் அவற்றில் அவர்களிடம் எவ்வித வெறுப்பும் காணவில்லை என்று கண்டார்கள். பயமுறுத்துகிறமாதிரி இல்லை அவர் தோற்றம்.

முதலில் இந்த இரண்டு அடிமைகளும் எப்படி நடந்து கொண்டார்கள் என்று அடிமை ஓட்டியை விசாரித்தார் அவர். அவர்கள் வேலை திருப்திகரமாக இருந்தது என்றான் அடிமை ஓட்டி. அடிமைகளைக் கண்டிப்பாக நடத்துவதுதான் தன் வழக்கம் என்றும் சேர்த்துக் கொண்டான். இதைச் சக்கரவர்த்தியின் பிரதிநிதி எப்படி ரஸித்தார் என்று சொல்லமுடியவில்லை. சரி போகலாம் என்று அடிமை ஓட்டியைப் போகச் சொல்லிவிட்டார் அவர். இதுபற்றி அவனுக்கு ஆஷேபமில்லை. திரும்பி ஓடி விட்டான் அடிமை ஓட்டி.

பிறகு அவர் ஸஹாக், பாரபாஸ் பக்கம் திரும்பி அவர்கள் எங்கிருந்து வந்தார்கள், எதற்காக அவர்கள் அடிமை வாழ்வு வாழத் தண்டிக்கப்பட்டார்கள், சுரங்கத்திலிருந்து எப்படி வெளிவந்தார்கள் என்றெல்லாம் விசாரித்தார். மிகவும் கருணையுடன் தான் பேசினார் அவர். பிறகு எழுந்து அவர்களை அணுகினார். எழுந்த போது அவர் இவ்வளவு உயரமாக இருந்தது அவர்களுக்கு ஆச்சரியமாக இருந்தது. ஸஹாக்கை அணுகி அவன் தாலியைத் தொட்டு அதில் மேல் பக்கத்தில் எழுதியிருந்ததைக் காட்டினார். அதன் அர்த்தம் தெரியுமா என்றார். ரோம ராஜ்யத்தின் முத்திரை அது என்றான் ஸஹாக். நல்லது என்று தலையை ஆட்டினார் கவர்னர். அந்த முத்திரையின் அர்த்தம் ஸஹாக் ரோம சக்கரவர்த்தியின் உடமை என்பதன் சின்னம் என்றார். பிறகு அந்தத் தாலியைத் திருப்பி அதன் பின்பக்கத்தில் எழுயிருந்ததைப் படித்தார்– கவனமாக, ஆச்சரியம் எதுவும் தெரியாமல், பார்த்தார். “கிறிஸ்து–ஏசு” என்று படித்தார்... கடவுளின் பெயரை அவரால் படிக்க முடிகிறதே என்று ஸஹாக்கும் பாரபாஸும் ஆச்சரியத்தில் மூழ்கினார்கள்.

“யார் அது?” என்றார் அவர்.

குரல் நடுங்க "அவர் என் கடவுள்" என்றான் ஸஹாக்.

"ஆஹா! அப்படியா! அந்தப் பெயரை நான் கேள்விப் பட்டதாக ஞாபகம் இல்லை. கடவுள்கள் எத்தனையோ பேர் உண்டு அதில் இவரும் ஒருவர். உன் சொந்த மாகாணத்துக் கடவுளா அவர்?"

"இல்லை. எல்லோருக்கும் கடவுள் அவர்தான்" என்றான் ஸஹாக்.

"எல்லோருக்குமா? அப்படியா? நல்லது தான். அவர் பெயரை நான் இதுவரைக் கேள்விப்பட்டது கூட இல்லையே! ரகசியமாக இருக்கிற கடவுள்போல இருக்கிறது."

"ஆமாம்."

"எல்லோருடைய கடவுளா அவர்? சக்தியுள்ளவராகத் தான் இருக்க வேண்டும். அவர் சக்தியின் ஆதாரம் என்ன?"

"அன்பு."

"அன்பா?... ஏன் கூடாது! அது எப்படியானாலும் சரி, அதைப் பற்றி எனக்கென்ன ஆட்சேபம்? உன் இஷ்டப்படி நீ அதுபற்றி எண்ணுவதில் எனக்கொரு ஆட்சேபமும் இல்லை. அவர் பெயரை எதற்காக இந்தத் தாலியில் எழுதியிருக்கிறாய்?"

"அவருக்கு உரியவன் நான். அவர் சொத்து." ஸஹாக்கின் குரல் மறுபடியும் நடுங்கியது.

"அப்படியா? அவர் சொத்தா நீ? அது எப்படி? நீ ரோமாபுரிச் சக்கரவர்த்தியின் சொத்து, அடிமை என்று இந்தப்பக்கம் சொல் கிறதே! நீ சர்க்காரின் சொத்து அல்லவா?"

ஸஹாக் பதில் சொல்லவில்லை. தரையைப் பார்த்துக் கொண்டு நின்றான்.

கடைசியில் அந்த கவர்னர் அனுதாபத்துடன் சொன்னார்: "இதற்கு நீ பதில் சொல்ல வேண்டும். இது பற்றித் தெளிவாக எனக்குத் தெரிய வேண்டும். நீ சர்க்கார் சொத்தா இல்லையா சொல்."

"நான் என் பிரபு, என் கடவுளின் சொத்து–அடிமை" என்றான் ஸஹாக் நிமிர்ந்து பார்க்காமல்.

அவனையே பார்த்துக்கொண்டு நின்றார் கவர்னர். ஸஹாக்கின் முகத்தைக் கையால் நிமிர்த்தி அவன் கண்களைப் பார்த்தார். ஒரு சில வினாடிகள் எதுவும் சொல்லாமல் நின்றார். பிறகு அவன் முகவாய்க்கட்டையை விட்டுத் தன் கையை எடுத்தார்.

பிறகு பாரபாஸ் முன் நின்று அவன் தாலியையும் திருப்பிப் பார்த்தார். கேட்டார்:

"நீயும் இந்த அன்புக் கடவுளை நம்புகிறாயா?"

பாரபாஸ் பதில் சொல்லவில்லை.

"சொல், நீயும் நம்புகிறவனா?"

பாரபாஸ் தலையை ஆட்டினான்.

"நீ நம்பவில்லையா? அப்படியானால் அவர் பெயரை ஏன் இங்கு பொறித்து வைத்திருக்கிறாய்?"

பாரபாஸ் மீண்டும் மௌனம் சாதித்தான்.

"அவர் உன் கடவுளில்லையா? அதுதானே இதன் அர்த்தம்?"

பாரபாஸ் கடைசியில், பொதுவாக, மெல்லிய குரலில் சொன்னான்: "எனக்கு ஒரு கடவுளும் இல்லை." ஸஹாக் காதிலும் ரோம கவர்னரின் காதிலும் தெளிவாகவே இந்த வார்த்தைகள் விழுந்தன. ஸஹாக்கின் ஏமாற்றமும், துயரமும், ஆச்சரியமும் நிறைந்த பார்வை தன்னை ஈட்டி போலக் குத்தியது என்று உணர்ந்தான் பாரபாஸ். மற்றவன் கண்ணை நேரில் பார்க்காவிட்டாலும், அவன் பார்வை தன் உள்ளத்தைத் துளைத்தது என்று கண்டான் பாரபாஸ்.

ரோம கவர்னருக்கும் இது ஆச்சரியமாகத்தான் இருந்தது.

"எனக்குப் புரியவில்லை" என்றார் அவர். பின் ஏன் இதில் அவர் பெயரை – 'கிறிஸ்து – ஏசு' என்கிற பெயரைப் பொறித்துக் கொண்டிருக்கிறாய்?"

இருவரில் ஒருவருரையும் நிமிர்ந்தே பார்க்காமல் பாரபாஸ் பதலளித்தான். "நான் நம்ப ஆசைப்படுவதால்!" என்றான்.

கவர்னர் நிமிர்ந்து அவனைப் பார்த்தார். எத்தனையோ அனுபவங்கள் அவன் முகத்திலும் கண்களிலும் கோடுகள் வரைந் திருந்தன. பலமுள்ளவன் அவன். அவன் கண்களிலிருந்து எதையும் தெரிந்துகொள்ள முடியாது என்று அறிந்து கொண்டார் கவர்னர். இந்த மனிதன் முகத்தையும் நிமிர்த்திப் பார்க்க வேண்டும் என்று அவருக்குத் தோன்றவில்லை ஏன்? அது அவருக்கே தெரியாது.

ஸஹாக் பக்கம் திரும்பினார்.

"நீ சொன்னதன் அர்த்தம் உனக்கே தெரிகிறதா? சீஸரின் அதிகாரத்தை நீ எதிர்க்கிறாய் என்று ஏற்படும். அவரும் ஒரு கடவுள் தான் என்பதை அறிவாயா நீ? அவர் சொத்து நீ என்பது புரிய வில்லையா உனக்கு? உன் தாலியில் முதலில் எழுதியிருப்பது அவர் பெயர்தான். நீ வேறு ஒருவர் சொத்து என்று சொல்கிறாயே! பெயரே வெளியில் தெரியாத ஒரு கடவுளின் அடிமை என்று நீ சொல்லிக்கொள்வது சரியா, சொல்லு? சீஸரை எதிர்ப்பதல்லவா அது?"

நற்றிணை பதிப்பகம் ● 107

“ஆம்” என்று நடுக்கமில்லாத குரலில் பதிலளித்தான் ஸஹாக்.

“அதுவே சரி என்கிறாயா!”

“இப்படிச் சொல்வதால் உனக்கு என்ன கிடைக்கும் என்று தெரியுமா?”

“தெரிகிறது.”

ரோம கவர்னர் சற்று நேரம் மௌனமாக இருந்தார். இந்த அசடனின் கடவுளைப்பற்றி அவர் சமீப காலத்தில் நிறையவே கேள்விப்பட்டிருந்தார். அடிமையின் சாவை அடைந்த அந்தப் பைத்தியக்காரனைப்பற்றி அவர் கேள்விப்பட்டிருந்தார். “தளைகளை அறுத்தெரியுங்கள்!.... “கடவுளின் அடிமைகளை விடுவிக்க வருவேன் நான்...” என்று சொன்னவர் அவர். அப்படி ஒன்றும் தீங்கு தராத கொள்கையில் அது... இந்த அடிமை போன்ற பிடிவாத முக முள்ளவர்களால் சொந்தக்காரர்களுக்கு அதிக லாபம் இராது.

“உன் கொள்கையைத் துறந்தால் உனக்கு ஒரு கெடுதியும் வராமல் பார்த்துக் கொள்கிறேன்” என்றார் அவர். “உன் கடவுளை மறுத்துவிடு.”

“என்னால் முடியாது” என்றான் ஸஹாக்.

“ஏன் முடியாது?”

“என் கடவுளை நான் எப்படி மறுக்க முடியும்?”

“அதிசயமான மனிதன்தான் நீ. எந்த மாதிரி தண்டனை விதிப்பேன் நான் உனக்கு என்று தெரியுமில்லையா? உன் கொள்கைக் காக நீ சாகவும் தயாராக இருக்கிறாயா?”

“அந்தத் தீர்மானம் என் கையில் இல்லை” என்றான் ஸஹாக் அமைதியாக.

“அது தைரியஸ்தன் பேச்சல்ல. உயிர் வாழ்வது விரும்பத் தக்கதல்லவா?”

“விரும்பத் தக்கதுதான்” என்றான் ஸஹாக்.

“உன் கடவுளை நீ மறக்காவிட்டால், உன்னை யாரும் காப்பாற்ற முடியாது. நீ சாகவேண்டியதுதான்.”

“என் பிரபுவை, என் கடவுளை நான் மறுப்பது எப்படி?”

ரோம கவர்னர் தோள்பட்டைகளை உலுக்கினான்.

“அப்படியானால் உனக்கு நான் செய்யக்கூடிய உதவி ஒன்று மில்லை.” தான் சற்றுமுன் உட்கார்ந்திருந்த மேஜையண்டை போய், அதன் சலவைக்கல் தட்டை ஒரு சிறிய தந்தச் சுத்தியால் தட்டினான்.

தனக்குத் தானே சொல்லிக்கொள்கிற மாதிரி “நீயும் உன் கடவுள் மாதிரியே அரைப் பைத்தியமாகத்தான் இருக்கிறாய்” என்று சொன்னான்.

காவலாளி வருவதற்காகக் காத்திருக்கும்போது, பாரபாஸை அணுகி கவர்னர் தன் குத்தீட்டியால் “கிறிஸ்து–ஏசு” என்கிற வார்த்தைகள் மேல் ஒரு கோடு கிழித்தார்.

“இதற்கு அவசியமில்லை. நீ அவரிடம் நம்பிக்கை வைக்காதவர் அல்லவா?” என்றார்.

நெருப்பால் சுடுவதுபோல இருந்தது பாரபாஸுக்கு ஸஹாக்கின் பார்வை. அதை அவன் மறக்கவே முடியாது.

காவலாளி ஸஹாக்கை அழைத்துச் சென்றான். பாரபாஸ் அங்கேயே நின்றான். புத்திசாலித்தனமாக நடந்து கொண்டதுபற்றி அவனைப் பாராட்டினார் கவர்னர். அதற்கேற்றபடி அவனுக்கு வெகுமதி அளிக்கத் தான் விரும்புவதாகவும் சொன்னார். வீட்டிலே அடிமைகளின் தலைவனிடம் போய், வீட்டு அடிமைகளில் ஒருவனாக அவன் இனி வேலை செய்யவேண்டும் என்றார் கவர்னர். வேலை அவ்வளவு கடினமாகவும் இராது என்றார்.

நிமிர்ந்து ஒரு விநாடி அவரைப் பார்த்துவிட்டுத் தலை குனிந்தான் பாரபாஸ். அவன் கண்களில் ஒரு பாவம் இருந்தது என்பதை இப்போதுதான் அந்த ரோமன் கவனித்தான். வில்லிலிருந்து விடுபடமாட்டாமல் சக்தியிழந்துவிட்ட ஒரு அம்புபோல அந்தக் கண்களில் வெறுப்புக் குடியிருந்தது என்று கண்டார் அவர்.

உத்தரவு கிடைத்தபடிச் செய்யப் போனான் பாரபாஸ்.

ஸஹாக்கைச் சிலுவையில் அறைந்து கொன்ற போது பாரபாஸ் சிறிது தூரத்துக்கப்பால் மறைந்து நின்று கொண்டு கவனித்தான். ஸஹாக்கின் கண்களில் பட அவன் விரும்பவில்லை. சித்திரவதை செய்யப்பட்டு குத்துயிரும் குலையுருமாகச் சிலுவையில் உயிர் நீத்துக் கொண்டிருந்த ஸஹாக் அவனைக் கவனித்திருப்பானா என்பதே சந்தேகம்தான். சித்திரவதைக்கு உத்தரவிடவில்லை கவர்னர் எனினும், அதிகாரிகள் வழக்கமாக ஸஹாக்கை சித்திரவதை செய்துதான் சிலுவையில் தொங்கவிட்டார்கள். சித்திரவதை செய்ய வேண்டாம் அவனை என்றும் உத்தரவிடவில்லை. எதற்காக அவனுக்குத் தண்டனை விதிக்கப்பட்டது என்று யாருக்கும் தெரியாது. ஆனால் அடிமைகளைச் சிலுவையில் அறைவது சகஜமான நித்தியப்படிக் காரியம்தான்.

மீண்டும் அவன் தலையில் பாதி ஷவரம் செய்யப்பட்டிருந்தது. மயிரும் ரத்தமும் தலையில் திட்டுத் திட்டாக இருந்தன. அவன் முகத்தில் ஒருவித பாவமும் இல்லை. ஆனால் ஏதாவது இருக்க

முடியுமானால், எப்படி இருக்கும் என்று பாரபாஸ் உணராமல் இல்லை. எரிகிற கண்களுடன் அந்தக் காட்சியைப் பார்த்துக் கொண்டே நின்றான் அவன். அங்கிருந்து அசையவே மனமில்லை– முடிந்தால் கூட அவன் நகர்ந்திருக்க மாட்டான் என்றே சொல்ல வேண்டும். இந்த மெலிந்த உடல் என்ன குற்றம், எப்படிச் செய்திருக்க முடியும்? அரசரை எதிர்த்த சதிக்குற்றம் என்பதற்கடையாளமாக அவன் மார்பில் அரசரின் முத்திரை தீயால் சுடப்பட்டிருந்தது. இனி அவசியமில்லை என்பதால் அவன் அடிமைத் தாலியையும் அகற்றியிருந்தார்கள்.

நகருக்கு வெளியே ஒரு குன்றின் மீது உயிர் நீத்தான் ஸஹாக். அடிவாரத்திலிருந்த ஒரு புதருக்குப்பின் ஒளிந்து கொண்டு பார்த்தான் பாரபாஸ். அதிகாரிகளையும் அவனையும் தவிர அங்கு வேறு யாரும் இல்லை. ஏதாவது குற்றம் செய்து தண்டிக்கப்பட்டவனாக இருந்தால் அங்கு ஒரு கூட்டமே கூடியிருக்கும். இப்போது யாருக்கும் அவன் செய்த குற்றம் என்ன என்றே தெரியாது.

இப்போதும் வஸந்த காலம்தான், "அவர் வந்து விட்டார்" என்று மண்டியிட்டு, சுரங்கத்தை விட்டு வெளியேறும்போது, வரவேற்றானே ஸஹாக் அதே போன்ற வஸந்த காலம்தான் இதுவும். பூமியே பசுமையாக இருந்தது. சாவுக் குன்றிலேயும் மலர்கள் பூத்து இருந்தன. நண்பகலாதலால், ஒரே வெப்பமாக இருந்தது. ஈக்கள் நிறைய இருந்தன. ஸஹாக்கின் உடல் பூராவும் ஈக்கள் மொய்த்துக் கொண்டிருந்தன. அவற்றை விரட்ட வேண்டும் என்கிற பிரக்ஞையே அவனுக்கோ மற்றவர்களுக்கோ இல்லவே இல்லை. ஸஹாக்கின் மரணத்திலே விசேஷம் பெரியது, அதிசயம் என்று சொல்ல ஒன்றுமில்லை.

இப்படியிருந்தும் இந்தச் சாவு பாரபாஸின் உள்ளத்தை உருக் கியது. ஒவ்வொரு சிறு சம்பவத்தையும் ஞாபகத்தில் இறுத்திக் கொள்வது என்கிற உத்தேசத்தில் அவன் எல்லாவற்றையும் கவனித்தான்– நெற்றியில் அரும்பி, கன்னங்களில் வழிந்தோடிய வியர்வை, அரசாங்கச் சின்னங்கள் சுடப்பட்ட மார்பு எழுந்து அடங்குவது, ஒருவரும் ஓட்டாத ஈக்கள் எல்லாவற்றையும் பார்த்து மனத்தில் பதிய வைத்துக்கொண்டு நின்றான் அவன். தலை தொங்க, பெரிதாக முனகிக் கொண்டிருந்தான் ஸஹாக். அவன் விட்ட ஒவ்வொரு மூச்சும் பாரபாஸின் காதில் ஒலித்தது. அவனும் பெரு மூச்சு விட்டான்; அவன் வாயும் பிளந்திருந்தது. தாகமாக இருப்ப தாகக்கூட எண்ணினான் அவன். இப்படி பாரபாஸ் உணர்ந்ததே ஆச்சர்யம்; பிறர் உணர்ச்சிகள் எதையும் மதிக்காதிருக்கப் பழகியவன் அவன். அவனுடன் பிணைபட்டிருந்தவன் அவன்– இன்னமும் அந்தச் சங்கிலி அறுபடவில்லை என்றே பாரபாஸ் எண்ணினான்.

ஏதோ சொல்ல ஸஹாக் முயன்றான்-அவன் முயற்சி வெற்றி தரவில்லை. என்ன சொன்னான் என்பது யார் காதிலும் விழவில்லை. பாரபாஸுக்கே கேட்கவில்லை. மலைச்சரிவிலே ஓடிப்போய் என்ன வேண்டும் என்று அவன் கேட்டிருக்கலாம். ஈக்களைக்கூட ஓட்டி யிருக்கலாம். ஆனால் அவன் அப்படிச் செய்யவில்லை. புதருக்குப் பின்னால் ஒளிந்துகொண்டு பேசாதிருந்து விட்டான். எரிகிற கண்களால் பார்த்துக் கொண்டு, அவன் வலியால் இவன் வாயும் திறந்திருக்க அசையாமல் நின்றான் பாரபாஸ்.

அதி சீக்கிரமே ஸஹாக் இறந்து விடுவான் என்பது தெளிவாகி விட்டது. மூச்சு லேசாக வந்தது. பாரபாஸ் நின்ற இடத்தில் அவன் மூச்சுவிட்ட சப்தம் கேட்டு அடங்கிவிட்டது. அவன் மார்பு எழுந்து அடங்குவதும் நின்றுவிட்டது. சிறிது நேரத்துக்கெல்லாம் ஸஹாக் செத்துவிட்டான் என்றுதான் சொல்லவேண்டும். இந்தத் தடவை உலகம் இருட்டவில்லை. அதிசயங்கள் எதுவும் நிகழவில்லை. ரொம்ப நாட்களுக்கு முன், கொல்கோதாவில் போலவே காவலாளி கள். அசாதாரணமாக எதுவும் நடைபெறவில்லை. சிலுவையில் இருந்தவன் மரித்ததைக்கூட கவனியாமல் பகடை உருட்டினார்கள். இறந்துவிட்டான் ஸஹாக் என்று கவனித்தது பெருமூச்சு விட்டுவிட்டு, பிரார்த்தனை செய்பவன் போல மண்டியிட்டான் பாரபாஸ்.

மண்டியிட்டதும் அதிசயம்தான். ஸஹாக் இருந்தால் அதுபற்றிச் சந்தோஷப்பட்டிருப்பான். அவன் தான் இறந்துவிட்டானே!

அது எப்படியானாலும் மண்டியிட்ட பாரபாஸ் பிரார்த்தனை செய்து கொண்டிருந்தான் என்று சொல்ல முடியாது. யாரைப் பிரார்த்திப்பது? எதற்காகப் பிரார்த்திப்பது? இருந்தும் அவன் அங்கு மண்டியிட்டிருந்தான் கொஞ்சநேரம்.

துயரம் நிறைந்த முகத்தை மூடிக் கொண்டு அழுகிற மாதிரிச் சிறிது நேரம் உட்கார்ந்திருந்தான் பாரபாஸ்.

திடீரென்று காவலாளி ஒருவன் எழுந்தான். இறந்துவிட்டான் அடிமை என்று கண்டதும் அவனைச் சிலுவையிலிருந்து கழட்டி விட்டு எல்லோரும் அவரவர்கள் இருப்பிடம் போய்ச் சேர்ந்தார்கள்.

இப்படியாக ஸஹாக் சிலுவையில் உயிர் நீத்ததைப் பார்த்துக் கொண்டு நின்றான் தப்பிய பாரபாஸ் – விடுதலை செய்யப்பட்ட பாரபாஸ்.

5

சில நாட்களில் கவர்னர் தனது பதவியிழந்து ஓய்வு பெற்றுக் கொண்டார். அவர் ஆட்சி செலுத்திய காலத்தில் தனக்கும் அரசாங் கத்துக்கும் அவர் நிறையப் பொருளீட்டினார். எத்தனையோ அடிமை களும் ஓட்டிகளும் இந்தப் பொருளீட்டுதலுக்கு உதவினார்கள். எத்தனையோ கொடுமைகள் எத்தனையோ பேர்வழிகளுக்கு இழைக்கப்பட்டன. அந்தத் தீவின் இயற்கை வளத்தையும் சுரங்கச் செல்வத்தையும் பூரணமாக ஆராய்ந்து லாபமடைந்தார் அந்த கவர்னர். ஆனால் அவர் கொடூர சித்தமுள்ள மனிதர் அல்ல. அவர் ஆட்சி கொடுமையாக இருந்ததே தவிர, அவர் நல்லவர்தான். அவரைக் குறை சொல்லக் கூடியவர்கள், அவரைச் சரியாகத் தெரிந்து கொள்ளாதவர்கள்தான். அவரைப் பலருக்குத் தெரியாது என்பதும் உண்மையே! எட்டாத உயரத்தில் இருந்தவர் அவர். அவர்போகப் போகிறார் என்றறிந்து கஷ்டப்பட்ட பலர் ஆறுதல் பெருமூச்சு விட்டார்கள். புதிதாக வருபவர் நல்லவராக இருக்க மாட்டாரா என்றுஅவர்கள் எண்ணினார்கள்.ஆனால் அந்தப் பசுமையான அழகிய தீவைவிட்டு மனசில்லாமல் தான் பிரிந்தார் அவர். அவர் பல சந்தோச நாட்களை அங்குக் கழித்திருந்தார்.

தன் வேலையில்லாமல் தனக்கு மிகவும் கஷ்டமாகவே இருக்கும் என்று உணர்ந்தார் அவர். வயதானவர் எனினும் சுறுசுறுப்பானவர் அவர் மிகவும் பண்புள்ளவர்–ஆகவே தன் அறிவுக்கும் ஆற்றலுக்கும் ரோமாபுரியில் இடம் இருக்கலாம் என்று எண்ணி ஆறுதல் அடைந்தார் அவர். சரிசமானமாகப் பலருடன் தலைநகரில் பழக லாம் என்பதே பெரிய ஆறுதல் தானே! கப்பலின் மேல் தளத்தில் ஆஸனத்தில் சாய்ந்தபடியே கடலைப் பார்த்துக் கொண்டே இப்படி யெல்லாம் எண்ணினார் அவர்.

தனக்குத் தேவை என்று அவர் எண்ணிய அடிமைகளையும் உடன் அழைத்துச் சென்றார். அவர்களுடன் பாரபாஸும் போனான். அவ்வளவு வயசான அடிமையால் அப்படியொன்றும் பிரமாத உபயோகமிராது – எனினும் ஏதோ உணர்ச்சி காரணமாக, ஒரு பிரியம் காரணமாக அவர் அவனையும் ரோமாபுரிக்கு அழைத்துச் சென்றார். அரசர் சார்பில் தன் கடவுளையும் மறுக்கவும் துணிந்த இந்த அறிவுள்ள அடிமையிடம் அவருக்கு அனுதாபம் இருந்தது. அவனும் வரட்டுமே என்று எண்ணினார். இப்படி ஒரு அடிமையிடம் மறக்காமல், பிரியமாக, அவர் இருப்பார் என்று யாருமே எண்ண வில்லை.

காற்று இல்லாதபடியால் கப்பல் வழக்கத்துக்கு அதிகமாகவே கடலில் சென்றது. படகு தள்ளும் அடிமைகள் துடுப்பெடுத்துக் கையில் ரத்தம் துளிக்கத் தள்ளி அதைப் பல வாரங்களுக்குப் பிறகு ஆஸ்டியா துறை முகத்தில் கொண்டுபோய்ச் சேர்த்தார்கள். மறு நாளே கவர்னர் ரோமாபுரிக்குப் போய்ச் சேர்ந்தார். அடிமைகளும் மற்றவர்களும் இரண்டொரு நாட்களுக்குப்பின் போய்ச் சேர்ந்தனர்.

மிகவும் பணக்கார, நாகரிகப் பகுதியில் நகரில் ஒரு மாளிகையை வாங்கினார் அவர். பல மாடிகள் உள்ள ஒரு கட்டிடம் அது. சலவைக்கல்லும் வேறு பலவித அலங்காரப் பொருள்களும் நிறைந்த மாளிகை அது. மற்ற அடிமைகளைப்போல பாரபாஸும் இந்த மாளிகையில் அடித்தளத்தில் வசித்தான். மிகவும் பெரிய அழகிய மாளிகை அது என்று அவனுக்குத் தெரிந்தது – ஆனால் அதைப்பற்றி அவனுக்கென்ன வந்தது? மிகவும் சுலபமான வேலைகள்தான் அவனுக்கிடப்பட்டன. சில்லறை வேலைகள். அடிமையாயிருந்து விடுதலை பெற்ற ஒரு அகம்பாவக்கார சமையற்காரனுடன் அவனும் மற்றும் பல அடிமைகளும் தினமும் சந்தைக்குப் போய் சாமான்கள் வாங்கிவருவார்கள். ரோமாபுரியில் பெரும் பகுதியைப் பார்க்க பாரபாஸுக்கு இப்படி வாய்ப்புக் கிடைத்தது.

அவன் அதைப்பார்த்தான் என்று சொல்வதே பிசகோ என்னவோ? அவனை எவ்விதத்திலும் பாதிக்காமல் ரோமாபுரி அவன் கண்களில் பட்டது என்று சொல்லலாமா? குறுகலான தெருக்களிலே கூட்டத்திலே முட்டி மோதிக்கொண்டு முன்னேறும் போது, சந்தைக் கும்பலில் திரியும்போதும் அதெல்லாம் ஏதோ பனிப் படலத்தில் தெரியும் காட்சிகள் போல அவன் மனத்தில் பட்டன. தனக்கு அப்பாற்பட்டது அது என்ற எண்ணம்தான் அவனுக்கு. பெரிய சக்திவாய்ந்த அந்தத் தலைநகரம் அவனைப்பற்றிய வரையில் உண்மையே அல்ல. தன் நினைவில்லாமலேதான் அவன் இதையெல்லாம் பார்த்தான். வழக்க வேகத்திலே ஏவிய காரியத்தைச் செய்தான். பல தேசத்து மக்கள், பல பாஷை பேசுகிறவர்கள் இங்கு

வந்து கூடினர். பொருளும் பணமும் ஏராளமாக எங்கும் இறை பட்டது. எத்தனை மாட மாளிகைகளும் கூட கோபுரங்களும் இருந்தன. கடவுள் தான் எத்தனை எத்தனையோ? கடைகளுக்குப் போவோரும், கோயிலுக்குப் போவோரும் வருவோருமாகத் தெருக்கள் நிறைந் திருந்தன. இதெல்லாம் கண்டு வேறு ஒருவனின் கண்கள் பரவசப் பட்டிருக்கும். பாரபாஸ் இதெல்லாவற்றையும் கண்டும் காணாத மாதிரி நடமாடினான். அவனுக்கும் இதற்கும் எவ்விதச் சம்பந்தமும் இல்லை என்பது தெளிவு. இந்த உலகத்தின் படாடோபங்களைப்பற்றி அவனுக்கு என்ன கவலை? இது அவன் கவனத்துக்கு உரியதல்ல என்றே அவன் எண்ணினான்.

அப்படி அவனால் அலட்சியமாக இருக்கவும் முடியவில்லை. இதெல்லாம்பற்றி அவன் அடிமனத்திலே ஒரு வெறுப்பும் தோன்றிக் கொண்டிருந்தது.

இதிலே பொய்யான விஷயங்கள் என்று சொல்வதற்குக் குறிப்பாக கோயில் ஊர்வலங்களும், மதப் படாடோபங்களும் அவன் கண்களை உறுத்தின. என்ன ஆர்ப்பாட்டம்! இவ்வளவும் எதற்கு? கடவுளேயற்ற அவனுக்கு இதெல்லாம் வெறும் புரட்சி என்றுதான் தோன்றிற்று. அடிக்கடி இந்த ஊர்வலங்களைப் பார்த்து அவற்றிற்காக ஒதுங்கி நிற்கவேண்டி இருந்தது பற்றி அவன் என்ன நினைத்தான்? திருட்டுத்தனமாக அரைப் பார்வையாக அவற்றை யெல்லாம் கவனித்தான் அவன். ஒருதரம் இப்படிப்பட்ட ஒரு ஊர்வலத்தைத் தொடர்ந்து அவன் ஒரு கோயிலுக்குள் போனான். அதுவரை அவன் பார்த்த கோயில்களை எல்லாம்விடப் பிரமாதமாக இருந்தது இந்தக் கோயில். கையில் ஒரு குழந்தையுடன் ஒரு ஸ்திரீ நின்றாள் ஒரு படத்தில். அது யார் என்று அவன் கேட்ட போது ஐஸிஸும், அவளுடைய புனிதமான குழந்தை ஹேப்ரஸும் என்று பதில் வந்தது. பிறகு அவர்கள் அவனைச் சந்தேகத்துடன் பார்க்கத் தொடங்கினார்கள். ஐஸிஸின் பெயர்கூடத் தெரியாத இவன் யார்? புண்ணியவதித் தாயின் பெயர் தெரியாத இவன் யார்? கோயில் காவலாளி வந்து அவனை வெளியே துரத்தினான். கோயிலையும், தன்னையும் இந்த துரதிருஷ்டக்காரனின் கெட்ட பார்வையிலிருந்து காப்பாற்றுவதற்காக ஒரு முத்திரை வைத்துக் கொண்டான். வானத்திலும் பூமியிலும் உள்ள எல்லாவற்றையும் வெறுத்து அவ்வெறுப்பிலே உயிர் வைத்திருந்தவன் பாரபாஸ் என்பதை அவன் ஒரே பார்வையில் உணர்ந்து கொண்டு விட்டானோ?

முகத்து வடு சிவக்க, அம்புகள் போலக் கண்கள் எரிநாக்குகள் கக்க, கோயிலிலிருந்து புறப்பட்ட பாரபாஸ் தெருதெருவாக ஓடினான். “இங்கிருந்து ஓடு, அயோக்யப் பயலே!” வழி தவறிவிட்டது அவனுக்கு. எங்கிருக்கிறோம் என்று தெரியாமலே சுற்றிவிட்டு தன்

இருப்பிடம் திரும்பினான். யசமானனுக்கு வேண்டியவன் என்று அறிந்திருந்ததினால் யாரும் அன்று அவனைத் தண்டிக்கவில்லை. வழிதவறிவிட்டது என்கிற அவன் கால் உரப்பை அடிமை ஓட்டி நம்பவும் தயாராக இருந்தான். மார்பிலே தாலியின் பின்பக்கத்தில், எழுத்து அடித்திருந்த "கிறிஸ்து ஏசு" என்கிற எழுத்துக்கள் அவன் உள்ளத்தை எரிப்பது போல் உணர்ந்தான் அவன்.

அன்றிரவு தன்னுடன் இரும்புச் சங்கிலியால் ஒரு அடிமை பிணைக்கப்பட்டிருப்பதாகவும், அவன் மண்டியிட்டுப் பிரார்த்தனை செய்வதாகவும் கனவு கண்டான் அவன்.

"எதற்காகப் பிரார்த்திக்கிறாய்? பிரார்த்திப்பதால் லாபம் என்ன?" என்று கேட்டான்.

"உனக்காகப் பிரார்த்திக்கிறேன்" என்று மிகவும் பழக்கப்பட்ட குரல் பதிலளித்தது. இருட்டில் அவன் முகம் தெரியவில்லை – குரல் தெரிந்தது.

அவனுடைய கிழட்டுக் கண்களில் நீர் சுரந்தது. அவனுடைய பிரார்த்தனையைக் கெடுக்கக்கூடாது என்று அசையாமல் படுத் திருந்தான் பாரபாஸ். விழித்து எழுந்து சங்கிலியும் அடிமையும் எங்கே என்று தேடும்போதுதான் அது கனவு என்று தெரிந்தது அவனுக்கு. யாரும் அவனுடன் பிணைபட்டிருக்கவில்லை. அவன் தனியன்.

கீழ்த்தளத்துக்கும் அடியில் ஒரு ஒதுக்குப்புறமான இடத்தில் சுவரில் மீன் வரையப்பட்டிருந்ததைப் பார்த்தான் ஒரு நாள். அது சரியாக வரையப்படவில்லை எனினும் அதன் அர்த்தம் என்ன என்று பாரபாஸும் புரிந்து கொள்ளும்படியாகத்தான் இருந்தது. இங்குள்ள அடிமைகளில் யார் கிறிஸ்தவனாக இருக்கலாம் என்று சிந்தித்தான் பாரபாஸ். ஒவ்வொருவரையும் உற்றுக் கவனித்து அறிந்து கொள்ள முயன்றான். ஆனால் அவன் யாரையும் கேட்க வில்லை. யாருக்காவது தெரியுமா என்றும் விசாரிக்கவில்லை அவன். விசாரித்திருக்கலாம் – எனினும் அவன் செய்யவில்லை.

யாருடனும் அவன் நெருங்கிப் பழகுவதில்லை. அவசியமானா லொழிய அவன் பேசக்கூட மாட்டான். யாரையும் சரிவரத் தெரியாது அவனுக்கு. யாரும் அவனைப்பற்றிக் கவலைப்படுவது மில்லை – தொந்தரவு செய்வதுமில்லை.

ரோமாபுரியில் பல கிறிஸ்தவர்கள் இருந்தார்கள் என்பதுமட்டும் அவனுக்குத் தெரியும். பிரார்த்தனைக் கூடங்களில் அவர்கள் அடிக்கடி கூடினார்கள் என்பதும் தெரியும் அவனுக்கு. சகோதர கோஷ்டிகள் பல இருந்தன. நகரின் பல பகுதிகளில், அவன் அவர்களைத் தேடிப் போக முடியவில்லை. ஒன்றிரண்டு தடவைகள்

போகலாமா என்று அவன் எண்ணியதுண்டு—ஆனால் போகவில்லை. அவர் பெயர் அவன் தாலியில் இருந்தது—ஆனால் அது அடித்து விட்டிருந்தது.

அத்தாலிகள் தரக்கூடிய தொந்தரவுகளுக்குப் பயந்து அவர்கள் அடிக்கடி வெவ்வேறு இடங்களில் ரகசியத்தில் சந்திக்க வேண்டியதாக இருந்தது. சந்தையில் வந்துபோன பலர் சொல்ல இதைக் கேள்விப் பட்டிருந்தான் பாரபாஸ். அவனுடன் பேசியவர்கள் எல்லாருமே கைவிரல்களை விரித்து அவன் தீக்கண் தங்களை ஒன்றும் செய்யாதிருக்க வேண்டும் என்று முத்திரையிட்டுக் கொண்டார்கள் என்று கவனித்தான் அவன். கிறிஸ்தவர்கள் வெறுக்கப்பட்டனர். தீச்செயல்கள் செய்கிறார்கள் என்று ஜனங்கள் எண்ணினார்கள். சூனியக்காரர்கள் என்று நினைக்கப்பட்டார்கள். அவர்கள் கடவுள் கடுந்தண்டனையடைந்த ஒரு குற்றவாளி என்றார்கள். அவர்களை அணுகவே யாரும் விரும்பவில்லை.

இருட்டில் ஒரு நாள் இரவு இரண்டு அடிமைகள் 'குசுகுசு' வென்று பேசிக் கொண்டது பாரபாஸ் காதில் விழுந்தது. அவர்கள் அவனைப் பார்க்கவில்லை. புதுசாக வந்து சேர்ந்த அடிமைகள் அவர்கள்.

மறுநாள் மாலை ஒரு சகோதரர்கள் கூட்டம் மார்கஸ்லூஷியஸின் திராக்ஷைத் தோட்டத்தில் அப்பியன் வழியிலே நடக்கவிருந்தது என்று அவர்கள் பேசிக் கொண்டார்கள். தோட்டத்தில்—தோட்டத்தில் தொடங்கிய யூதர்கள் கல்லறைத் தோட்டத்தில் கூட இருந்தது அந்தக் கூட்டம் என்று சிறிது நேரம் கழித்துப் புரிந்து கொண்டான் பாரபாஸ்.

விசித்திரமான இடம்தான் கூட்டத்துக்கு – இறந்தவர்கள் மத்தியில் – எதற்காக அங்குக் கூட வேண்டும்? மறுநாள் மாலை அதிசீக்கிரமே அடிமைகள் பூட்டப்படுமுன் உயிருக்கும் துணிந்து மாளிகையை விட்டு வெளியேறினான் பாரபாஸ்.

அப்பியன் வழியே அவன் அடையும்போது இருட்டவே தொடங்கிவிட்டது. அங்கு நிர்மானுஷ்யமாக இருந்தது. திராக்ஷைத் தோட்டம் எங்கிருக்கிறது என்று ஒரு ஆட்டிடையனைக் கேட்டுக் கொண்டு போனான்.

பிறகு கல்லறைத் தோட்டத்திற்குள் படிகள் பல இறங்கிப் புகுந்தான். அஸ்தமன வெளிச்சம் கொஞ்சம் கொஞ்சம் இருந்தது. எனினும் தட்டுத் தடுமாறிக்கொண்டு தான் முன்னேற வேண்டியதாக இருந்தது. இருட்டிலே சவக்குழித் தோட்டம் நீண்டு கிடந்தது. ஜில்லென்றிருந்த அந்தச் சுவர்களைக் கையால் பிடித்துக்கொண்டு நெடுந்தூரம் போனான். முதல் கூடத்தில் சந்திப்பதாக இருந்தார்கள்

என்று அந்தப் புது அடிமைகள் சொன்னதைக் கவனித்திருந்தான் அவன். தொடர்ந்து சென்றான்.

ஏதோ பேச்சுக் குரல் கேட்கிறமாதிரி இருந்தது – நின்று கவனித்தான். சப்தமே எதுவுமில்லை. மேலும் போனான். வழியிலே படிகள் வேறு இருந்ததால் ஜாக்கிரதையாக இருட்டில் முன்னேற வேண்டியதாக இருந்தது. பூமிக்குள் பாதை இறங்கிச் சென்று கொண்டே இருந்தது.

நீண்ட பாதை இருந்ததே தவிர கூடம் எதுவும் தெரியவில்லை. பல வழிகள் குறுக்கிட்டன. எவ்வழியைப் பின்பற்றுவது என்றும் அவனுக்குத் தெரியவில்லை, குழப்பமடைந்து தயங்கி நின்றான். தூரத்தில் ஒரு வெளிச்சம்தான். அதை நோக்கி வேகமாக நடந்தான். அங்குதான் கூட்டம் நடக்க வேண்டும்.

திடீரென்று அந்த வெளிச்சமும் மறைந்துவிட்டது வேறு வழிதப்பி எங்காவது புகுந்து விட்டானோ அந்த வெளிச்சம் திடீரென்று மறைந்துவிட்டது. திரும்பி நடந்து பார்த்தான் வெளிச்சம் தெரியுமோ என்று ஆனால் மறைந்தது மறைந்தது தான்.

குழப்பமடைந்தவனாக அப்படியே பிரமித்து நின்றான் அவன். அந்த சகோதரர்கள் எங்கே? அவர்களை அவன் எங்கே காண்பது? அவர்கள் ஏன் இங்கில்லை?

அவன் எங்கிருந்தான்? எப்படி இங்கு வந்தான் என்பது அவனுக்குத் தெரியும். எப்படியும் சுலபமாக இங்கிருந்து வெளியேறி விட முடியும். வந்தவழியே திரும்பி விடத் தீர்மானித்தான்.

குறுகிய பாதை வழியாக அவன் திரும்பும்போது மீண்டும் அவன் கண்களில் அந்த வெளிச்சம் பட்டது. அதே வெளிச்சம் தான் – ஆனால் இப்போது அது வேறு ஒரு திசையில் தெரிந்தது. அதை விட்டுக் கண்ணை எடுக்காமல் நடந்தான் பாரபாஸ். ஆனால் திடீரென்று மீண்டும் மாயமாக அணைந்து விட்டது அந்த வெளிச்சம். வெளிச்சம் அதிகமாவதுபோல ஒரு நிமிஷம் தெரிந்தது. அடுத்த நிமிஷம் இல்லவே இல்லை அது.

திடீரென்று அணைந்து விட்டது.

தலையைக் கைகளால் பிடித்துக் கொண்டான் அவன். கண்களை மூடி மூடித் திறந்தான். எந்தமாதிரியான வெளிச்சம் அது? அது வெளிச்சம்தானா வேறு ஏதாவதா? வெறும் பிரமையா? அவன் கண்களில்தான் ஏதாவது கோளாறா?.... முன்பு ஒருதரம் கொல்கோதா மலையில் இருட்டிற்றே, அதுமாதிரி மாயமா?

இல்லை. அங்கு எவ்வித வெளிச்சமும் இல்லை. எந்தத் திசையிலும் வெளிச்சமில்லை. எல்லையற்ற, குளிர்ந்த இருட்டுத்தான் எங்கும் அவனைச் சூழ்ந்திருந்தது. அவன் அங்குத் தனியாக

 நற்றிணை பதிப்பகம் ● 117

இருந்தான். கிறிஸ்தவர்கள் அங்கில்லை. அங்கு ஒருவருமே இல்லை. அவனைத் தவிர உயிருள்ளவர்கள் யாருமில்லை அங்குச் செத்தவர்கள் தான் இருந்தார்கள்.

ஆம், செத்தவர்கள்... அவனைச் சுற்றிலும் செத்தவர்கள் தான் இருந்தார்கள். எல்லா இடங்களிலும் அங்குக் கல்லறைகள் தான் இருந்தன. எங்கும்? அவர்களை நம்பி அவன் எங்குத் திரும்புவது? எங்குப் போவது? வெளியேற வழி எது என்று அவனுக்குத் தெரிய வில்லை. செத்தவர்கள் நிறைந்த அங்கிருந்து வெளியேற வழியே தெரியவில்லை அவனுக்கு...

செத்தவர் ராஜ்யம் அது!.... செத்தவர் ராஜ்யத்திலிருந்தான் அவன். செத்தவர் ராஜ்யத்திலே அடைப்பட்டு இருந்தான்...!

அவன் உள்ளத்தில் ஒரு பீதி நிறைந்து வழிந்தது. மூச்சித் திணற வைத்த பீதி அது. திடுதிப்பென்று அவன் ஓடத் தொடங்கினான். அர்த்தமில்லாமல், பயந்து எங்கு எத்திசையில் ஓடுகிறோம் என்று அறியாமல் தடுக்கி வெளியேறப் பாதை தேடி ஓடினான்... பைத்தியம் பிடித்தவன் போல அங்கு அலைந்தான் அவன்... மூச்சுத் திணறியது இரைத்தது. சுவரில் முட்டி மோதிக் கொண்டு ஓடினான்–விழுந்தடித்து ஓடினான். செத்தவர்களைத் தப்பிக்க எண்ணி ஓடினான். வெளி யேறவே முடியாது போய் விடுமோ?

கடைசியில் புது உலகத்திலிருந்து, பூமியின் மேல் பாகத்திலிருந்து உஷ்ணமான காற்று அவன் முகத்தில் அடித்தது... உணர்ச்சியற்ற வனாக அவன் ஏறி வெளியே வந்தான். திராக்ஷைத் தோட்டத்தை எப்படியோ வந்து அடைந்துவிட்டான்.

தரையில் சிறிதுநேரம் படுத்து சாய்ந்துகிடந்தான். வானத்தின் இருட்டுச் சூனியத்தைப் பார்த்துக் கொண்டே இளைப்பாறினான்.

எங்கும் இருட்டாக இருந்தது. வானில் மட்டுமல்லாமல் பூமியிலும் இருட்டாகவே இருந்தது. எங்கும் இருட்டுத்தான்...

அப்பியின் வீதிவழியே, இரவில் பாரபாஸ் வீடு திரும்பும் போது தன் தனிமையை விசேஷமாக உணர்ந்தான். கூட யாரும் வரவில்லை. தெருவிலே மனித நடமாட்டமே இல்லை என்பதனால் மட்டுமல்ல, எல்லையற்ற இருட்டில் தான் தனியாக இருப்பதையும், வானத்திலோ பூமியிலோ வேறு எங்குமோ அவனுக்கு சகா என்று சொல்ல யாருமில்லை என்பதையும் அவன் உணர்ந்தான், இறந்தவர் களிலோ உயிருடனிருப்பவர்களிலோ அவனுக்கு நண்பன் என்று சொல்லிக்கொள்ள யாரும் இல்லை. என்றும் இப்படித்தான்–எனினும் இன்றுதான்–அவனுக்குத் தன் தனிமை சிறப்பாகத் தெரிந்தது. இருட்டில் நடந்தான்–இருட்டில் புதைப்பட்டவன் போல நடமாடி னான் அவன். தனிமை தொனிக்க முகத்திலே வடுவுடன் நடந்தான்.

அவன் தகப்பன் தந்த வடு அது. சுருங்கிய மாரிலே, நரைத்த மயிர் களுக்கு மேல், கடவுளின் பெயரை அடித்து விட்ட அந்தத் தாலி கிடந்தது. ஆம், அப்பூமியிலோ வானிலோ உறுதுணை அவனுக்கு யாருமில்லை.

அவன் தன்னிலே மூழ்கியிருந்தான்–செத்தவனாகி விட்டான்–அது அவன் சாவின் ராஜ்யம். அங்கே அவன் தப்புவது எப்படி?

ஒரே தடவைதான் அவன் வேறு ஒருவனுடன் நெருங்கிப் பிணையுண்டிருந்தான். அந்தப் பிணைப்புக்கூட ஒரு இரும்புச் சங்கிலியால் ஏற்பட்டதுதான்; வேறு எதுவும் இல்லை; இரும்புப் பிணை தவிர வேறு எவ்வித பிணைப்பையும் அறியாதவன் அவன்.

பாதையின் கற்களிலே அவன் காலடிச் சப்தம் அவன் காதிலே விழுந்தது. மற்றபடி எங்கும் பூரணமான மௌனம் நிலவியது. உலகிலே வேறு யாருமே உயிருடனில்லையா என்ன? எங்குப் பார்த்தாலும் இருட்டுத்தான் அவனைச் சூழ்ந்திருந்தது. ஒரு விளக்குக் கூட எரியவில்லை. வானத்திலே நட்சத்திரங்களைக் கூடக் காணவில்லை. எங்கும் பாலையின் அழிவும் சூனியமும் நிறைந்திருந்து.

கனமான மூச்சுவிட்டான் அவன். காற்றே உஷ்ணமாக வீசிக் கொண்டிருந்தது. ஜுரம் அடிப்பதுபோல் இருந்தது. அவனுக்கு – உலகத்துக்கே ஒரு ஜுரவேகம் ஏற்பட்டிருப்பது போல இருந்தது யாருக்கு ஜுரம்? எப்படி வந்தது இந்த ஜுரம் அவனுக்கு? கீழே அங்கு அவனைச் சாவு பிடித்துக் கொண்டு விட்டதோ? சாவு! என்றுமே சாவின் பிரஜைதான் அவன். என்றும் அவன் உள்ளே உள்ளது தான் சாவு என்கிற தத்துவம். அவனைத் தேடி சாவு வேட்டையாடிக் கொண்டிருந்தது. மனத்தின் இருட்டிய குகைகள் போன்ற பாதைகளிலே சாவு அவனை வேட்டையாடியது. அதன் பயங்கரம் அவனை வெகுவாகப் பாதித்தது. இப்போது அவன் வயதானவன் தான்–இனியும் உயிர்வாழ அவன் விரும்பவில்லை தான்–இருந்தும் சாவு என்பதும் பயங்கரமானதாகத்தான் இருந்தது. அதை அவன் வெகுவாக விரும்பினான்...

இல்லை! இல்லை! அவன் சாக விரும்பவில்லை, விரும்பவில்லை.

செத்தவர்களின் மத்தியிலே கூடி அவர்கள் தங்கள் கடவுளைப் பிரார்த்தித்தார்கள். சகோதரர்களுடனும் கடவுளுடனும் நெருங்க அவர்கள் அந்த இடத்தைத் தேர்ந்தெடுத்தார்கள். அவர்கள் சாவைக் கண்டு அஞ்சவில்லை. சாவு என்கிற பீதியை ஒழித்து விட்டவர்கள் அவர்கள்; அதை வென்றுவிட்டார்கள். நேச விருந்துகள் சகோதர கூட்டங்கள் எதற்கும் சாவின் நிழலிலே கூடினார்கள்... ஒருவரை ஒருவர் நேசியுங்கள்... ஒருவரை ஒருவர் நேசியுங்கள்...

ஆனால் அவன் தேடி வந்தபோது அவர்களை அங்கே காண வில்லை. அங்கு அவர்களில் ஒருவரும் இல்லை. இருட்டில், தட்டுத் தடுமாறிக்கொண்டு சுற்றிவிட்டு வந்திருந்தான் அவன். அவன் மனம்போல இருட்டுக் குகைகளிலே சுற்றியலைந்துவிட்டு வந்தான்.

அவர்கள் எங்கே? ஒருவரை ஒருவர் நேசிப்பதைப் பேசிக் கொண்ட அவர்கள் எங்கே?

இந்த வெப்பமான இருட்டில் அவர்கள் எங்கே போனார்கள்? கல்லறைத் தோட்டத்தையும் விட இங்கு அதிக வெப்பமாக இருந்தது. உலகத்தையே அழித்துவிட விரும்பியது போலக் கவிழ்ந்து கொண்டி ருந்ததே இரவு! ஜுர இரவு அது – மூச்சுக் கூட விட முடியாமல் திணர வைத்த இரவு!....

ஒரு திருப்பம் திரும்பியபோது, புகை வாசனை அவனைத் தாக்கியது. எதிரேயிருந்த ஒரு வீட்டின் அடித்தளத்திலிருந்து புகை மண்டலம் கிளம்பி அவனைத் திக்குமுக்காடச் செய்தது. இரண் டொரு சாளரங்கள் வழியாக தீ நாக்குகள் வெளியே நீண்டன. அதை நோக்கி ஓடினான் அவன்.

சுற்றிலும் பலர் ஓடிவந்த சப்தம் கேட்டது. "தீ! தீ!" என்று பலர் கத்தினார்கள்.

அடுத்த தெருவிலும் ஒரு பகுதி எரிந்து கொண்டிருந்தது என்று கண்டான் அவன். தீ வெகுவாக பரவிவிட்டது அங்கு. குழப்பமாக இருந்தது அவனுக்கு–ஒன்னும் புரியவில்லை... திடீரென்று தூரத்தில் பலர் குரல் கொடுத்தது அவன் காதில் விழுந்தது.

"கிறிஸ்தவர்கள்! கிறிஸ்தவர்கள்தான் காரணம்!"

பல பக்கங்களில் "இதற்குக் காரணம் கிறிஸதவர்கள் தான்" என்று பல குரல்கள் ஏககாலத்தில் கத்தின.

ஸ்தம்பித்து நின்றான் அவன். காதில் விழுந்தது புரியவில்லை. அதன் அர்த்தம் விளங்கவில்லை. கிறிஸ்தவர்களா?.... சிறிது நேரத்தில் புரிந்தது.

ஆம். கிறிஸ்தவர்கள்தான்! ரோமாபுரியை எரித்துக் கொண்டி ருப்பவர்கள் கிறிஸ்தவர்கள்தான்! உலகையே தீக்கிரையாக்க அவர்கள் தயாராகிக் கொண்டிருந்தார்கள்!

அங்குக் கூட்டம் ஏன் நடக்கவில்லை என்பது அவனுக்கு இப்போது தான் புரிந்தது. நாசகாரக் கும்பல் நிறைந்த அநாகரிகபுரி யான ரோம் நகருக்கு, அந்த உலகத்துக்குத் தீ வைப்பதில் ஈடுபட்டிருந் தார்கள் அவர்கள். அவர்கள் நேரம் வந்துவிட்டது. அவரைக் காப்பாற்ற வந்த கடவுள் வந்துவிட்டார்!

சிலுவையில் இறந்தவர் வந்துவிட்டார். கொல்கோதா மனிதர் மீண்டும் வந்துவிட்டார். மனித குலத்தைக் காப்பாற்ற– இன்றுள்ள அதர்ம உலகத்தை அழிக்க வந்துவிட்டார். அதை ஒழித்து, தீ வைத்துத் தீர்த்து விட்டு, வாக்களித்தபடி தன் சிஷ்யர்களைக் காப்பாற்ற வந்துவிட்டார். தன் சக்தியைப் பூரணமாகக் காண்பிக்க வந்துவிட்டார். பாரபாஸாகிய அவன் அவருக்கு உதவி செய்ய வேண்டும்! தப்பித்துவிட்ட பாரபாஸ், கொள்ளைக்காரன் பாரபாஸ், அயோக்கியன் பாரபாஸ், அவருக்கு உதவி செய்ய வேண்டிய நேரம் வந்துவிட்டது. இந்தத் தடவை பாரபாஸ் பின்வாங்க மாட்டான்–அவருக்கு உதவத் தவறிவிட மாட்டான். எரிந்துகொண்டிருந்த முதல் வீட்டை அணுகி கொள்ளிக் கட்டைகளைப் பிடுங்கி எரியாத வீடுகளில் வைத்தான் அவன். பல கொள்ளிக் கட்டைகளைப் பிடுங்கி வந்து வழி நெடுகத் தீ வைத்தான் அவன். புது வீடுகளைப் பற்ற வைத்தான். நன்றாகப் பற்றிக் கொள்ளும் வரையில் நின்று பார்த்துக்கொண்டிருந்தான். எங்கும் எல்லா வீடுகளும் பற்றி நன்கு எரியத் தொடங்கின. தீயைப் பரவவைக்க ஓடியாடி வெகுவாகப் பாடுபட்டான் பாரபாஸ். தன் தாலியில் அடிக்கப்பட்டிருந்த அந்தப் பெயரை உச்சரித்துக் கொண்டே அங்குமிங்கும் பரபரப்பாகக் கொள்ளிக் கட்டைகளுடன் ஓடினான் அவன். கடவுள் தன்னை நாடியபோது தான் சோர்ந்து விடவில்லை என்கிற நினைவு அவனுள் தோன்றி வளர்ந்தது. கடவுளின் ஆட்சி தொடங்கு முன் எதுவும் அழிந்தாக வேண்டும் – அந்த அழிவு நேரம் வந்துவிட்டது. தீ பரவிக் கொண்டிருந்தது. எங்கும் அக்னிக் கடல் –தீ நாக்குகள் நக்கி நிமிர்ந்தன. உலகமே பற்றி எரிந்து கொண்டிருந்தது.

பார்! அவர் ராஜ்யம் வந்துவிட்டது–ஸ்தாபிதமாகி விட்டது! இதோ அவர் ராஜ்யம் நிலைத்துவிட்டது!

காபிடோலுக்குக் கீழேயுள்ள சிறையில் தீக்குக் காரணமாகக் கருதப்பட்ட கிறிஸ்துவர்கள் எல்லோரும் அடைக்கப்பட்டிருந்தனர். பாரபாஸுக்கு அவர்கள் மத்தியில் இருந்தான். தீக் கொள்ளிகளுடன், அவனைப் பிடித்து விசாரித்து விட்டு, கிறிஸ்தவர்களுடன் அவனையும் அடைத்து விட்டார்கள். கிறிஸ்தவர்களில் ஒருவனாகி விட்டான் அவனும்.

கற்பாறையிலே குடைந்தெடுத்த சிறை அது. சுவர்களில் ஈரம் சொட்டி வழிந்து கொண்டிருந்தது. மங்கிய வெளிச்சத்தில் கைதிகள் ஒருவர் முகத்தை ஒருவர் பார்க்க இயலவில்லை. அதுபற்றி பார பாஸுக்குப் பரமதிருப்தி தான். அழுகிக் கொண்டிருந்த வைக்கோல் மேல் ஒரு புறமாக முகத்தைத் திருப்பிக் கொண்டு உட்கார்ந்திருந்தான் அவன்.

ரோமாபுரியில் பரவிய தீயைப் பற்றியும், தங்கள் விதிகளைப் பற்றியும் அவர்கள் தங்களுக்குள் பேசித்தீர்த்து விட்டார்கள். தீயை அவர்கள் வைத்ததாகச் சொல்லியது பொய்தான். அதிகாரிகள் அவர்களைச் சிறைப்படுத்தச் செய்த சூழ்ச்சிதான் அது. அந்தத் தீக்குக்காரணம் கிறிஸ்தவர்கள் அல்லர் என்பது நீதிபதிக்கும் தெரியாதா என்ன? அவர்களில் ஒருவர்கூட தீப்பட்ட பகுதியிலே இல்லவேயில்லை. அவர்கள் ஏதோ இப்படி நடக்கப்போகிறது என்று கேள்விப்பட்டு தங்கள் தங்கள் வீட்டை விட்டுக் கிளம்பாமலே தான் இருந்தார்கள். அவர்கள் கூடும் இடம் அதிகாரிகளுக்குத் தெரிந்துவிட்டது – அங்குப் போகக்கூடாது. என்று அவர்கள் அங்கும் போகாதிருந்து விட்டார்கள். அவர்கள் நிரபராதிகள். அதைப் பற்றிக் கவலைப்படுவதற்கு யார் இருந்தார்கள்? ஊரார் எல்லோரும் அவர்கள்தான் குற்றவாளிகள் என்று நம்பத்தயாராக இருந்தார்கள். கூலிக்காக “கிறிஸ்தவர்கள்! கிறிஸ்தவர்கள்!” என்று கத்திய கோஷ்டி யைத்தான் நம்பத் தயாராக இருந்தார்கள்.

“யார் கூலி தந்தார்கள் அவர்களுக்கு” என்று ஒரு குரல் இருட்டி லிருந்து கேட்டது. ஆனால் யாரும் பதில் தரவில்லை.

குருநாதரின் சிஷ்யர்கள் இந்தக் குற்றத்தை எப்படிச் செய்திருக்க முடியும்? ரோமாபுரியைத் தீக்கிரையாக்க அவர்களுக்கென்ன பைத்தியமா? யாராவது அதை நம்ப முடியுமா? அவர்களுடைய குருநாதன் ஆத்மாவுக்குப் புனிதத் தீ இடுவாரே தவிர, நகரங்களுக்கா தீ இடுவார்?

அன்பின் உருவம் என்றும், ஒளி என்றும், அவரைப் பற்றிப் பேசினார்கள் அவர்கள். அவர் ராஜ்யம் ஸ்தாபிதமாகும் என்று நம்பிக்கையுடன் காத்திருந்தார்கள் அவர்கள். பிறகு அற்புதமான பல வார்த்தைகள் அடங்கிய பிரார்த்தனை கீதங்களைப் பாடினார் கள். தலையைத் தொங்கவிட்டுக் கொண்டு அவற்றைக் கேட்டுக் கொண்டு உட்கார்ந்திருந்தான் பாரபாஸ்.

சிறைக் கதவின் வெளிச் சட்டம் அகற்றப்படுவதும், கதவு கிரீச் என்று சப்தத்துடன் திறக்கப்படுவதும் அவர்கள் காதில் விழுந்தது. ஒரு சிறைக் காவலாளி உள்ளே வந்தான். கைதிகள் சாப்பிடும் போது வெளிச்சம் இருக்கட்டும் என்பதற்காகக் கதவைத் திறந்து வைத்தான் காவலாளி. அப்போதுதான் அவன் சாப்பிட்டுவிட்டு வந்திருந்தான்– ஆனால் அவன் கோபமாகவும் மட்டமாகவும் அவர்களைப் பேசிக் கொண்டே சாப்பிட முடியாத அந்த உணவை அளித்தான். வழக்கத்தால் வந்த மட்டமான பேச்சே தவிர அது வேறு ஒன்றுமல்ல. வையும்போதும் திட்டும்போதும்கூட அவன் அவ்வளவாக மனத்தில் கெடுதி நினைக்காதவன் மாதிரி, நல்லதனம் உள்ளவன் மாதிரிதான் பேசினான். வாசல் கதவு வெளிச்சத்தில்

நேரே உட்கார்ந்திருந்த பாரபாஸைப் பார்த்ததும் அவன் உரக்கச் சிரித்தான்.

"அதோ இருக்கிறானே அந்தப் பைத்தியம்! என்று கூவினான். ரோமாபுரிக்குத் தீ வைத்துக் கொண்டு திரிந்தவன் அவன்தான். அரைப் பைத்தியம்! நீங்கள் தீ வைக்கவில்லை என்று சொன்னால் யார் நம்புவார்கள்? பொய்யர்கள்! ஸெர்வியஸின் எண்ணைக் கிடங்கில் தீ வைக்கும்போது கையும் மெய்யுமாக அவனைப் பிடித்து விட்டார்கள்."

பாரபாஸ் நிமிர்ந்து அவனைப் பார்க்கவில்லை. அவன் முகத்தில் எவ்வித பாவமும் இல்லாமல் உட்கார்ந்திருந்தான். கண்ணுக்குக் கீழேயிருந்த வடு மட்டும் ரத்தச் சிவப்பாகச் சிவந்தது.

ஆச்சர்யத்துடன் மற்றக் கைதிகள் அவனைத் திரும்பிப் பார்த்தார்கள். அவர்களில் யாருக்கும் அவனைத் தெரியாது. யாரோ குற்றவாளி தங்களைச் சேராதவன் என்று அதுவரை அவனைப்பற்றி எண்ணியிருந்தார்கள் கிறிஸ்தவர்கள்.

"அது சாத்தியமில்லையே!" என்றார்கள் அவர்கள்.

"எது சாத்தியமில்லை?"

"அவன் கிறிஸ்தவனாக இருக்க முடியாது. நீ சொல்வதை அவன் செய்திருந்தால், அவன் எங்களில் ஒருவனாக இருக்க முடியாது!"

"சாத்தியமில்லையா? அவனே சொல்லிக் கொண்டானே! விசாரணையில் கூட அப்படி ஏற்றுக் கொண்டானாம் அவன். மற்றபடியும் அவனைப் பிடிக்காதவர்கள் எனக்குச் சொன்னார்கள்!"

"எங்களுக்கு அவனைத் தெரியாது" என்று நிம்மதியற்றவர் களாகச் சொன்னார்கள்.

"எங்களில் ஒருவனானால் எங்களுக்குத் தெரியாதா? நாங்கள் அறியாத அன்னியன் அவன்!"

"வெறும் போலிகள் நீங்கள். ஒரு நிமிஷம் இருங்கள், காட்டு கிறேன்." என்று காவலாளி பாரபாஸை அணுகி அவன் கழுத்திலிருந்த தாலியைப் புரட்டிக் காட்டினான். "இதைப் பாருங்கள். உங்கள் கடவுளின் பெயர் எழுதியிருக்கிறதா இல்லையா? இதுதானே உங்கள் கடவுள் பெயர்? எனக்குப் படிக்கத் தெரியாது – நீங்களே சொல்லுங ்கள்."

பாரபாஸையும் அவனையும் சூழ்ந்து கொண்டார்கள் கைதிகள் ஆச்சரியத்துடன். தாலியின் பின் பக்கம் எழுதியிருந்ததைப் பார்த் தனர். பெரும்பாலோருக்குப் படிக்கத் தெரியாதுதான்–ஆனாலும்

இரண்டொருவர் "கிறிஸ்து–ஏசு" "கிறிஸ்து–ஏசு" என்று முணுமுணுத்தார்கள்.

வெற்றிப் பார்வையுடன் பாரபாஸ் கழுத்தில் தாலியைத் திருப்பி விட்டு நின்றான் காவலாளி.

"என்ன சொல்லுகிறீர்கள் இப்போது? கிறிஸ்தவன் அல்லவா? அவனேதான் அதை நீதிபதிக்குக் காட்டினான். தான் சக்கரவர்த்தியின் அடிமையல்ல என்றும், உங்கள் கடவுளின் அடிமைதான் என்றும் சொன்னான் அவன். அவனையும் இப்போது, உங்கள் கடவுளைப் போல, சிலுவையில் அறைந்து விடுவார்கள். நீங்கள் எல்லோருமே சிலுவையில் உயிர் துறக்க வேண்டியதுதான். அவனை விட நீங்களெல்லோரும் கெட்டிக் காரத்தனமாகத்தான் இருந்தீர்கள். இருந்தும் ஒருவன் தான் கிறிஸ்தவன் என்று கூவிக்கொண்டு அதிகாரிகள் கையில் மாட்டிக் கொண்டது உங்கள் துரதிருஷ்டம்தான்."

குழம்பிய மனத்துடன் இருந்த கிறிஸ்தவர்களை விட்டுக் கதவைச் சாத்திக் கொண்டு வெளியேறினான் காவலாளி.

பாரபாஸைச் சூழ்ந்துகொண்டு அவர்கள் கோபமாக அவனைப் பலவிதமான கேள்விகள் கேட்டனர். "யார் அவன்? உண்மையிலேயே கிறிஸ்தவன்தானா? எந்தக் கோஷ்டியைச் சேர்ந்தவன்? அவன்தான் தீயை ஆரம்பித்து வைத்ததா?"

பாரபாஸ் பதில் சொல்லவில்லை. அவன் முகம் வெளுத்தது. கண்கள் அவன் முகத்தின் ஆழத்தில்போய் ஒளிந்துகொண்டன.

"கிறிஸ்தவனா? ஏசுவின் பெயர் அடிக்கப்பட்டிருந்ததே!"

"அப்படியா? கடவுளின் பெயரா?"

"நீ பார்க்கவில்லையா? அடிக்கப்பட்டுத்தான் இருந்தது."

இரண்டொருவர் கவனித்தனர். ஆனால் அதைப் பற்றி அவர்கள் சிந்தித்துப் பார்க்கவில்லை. பாரபாஸின் தாலியைத் திருப்பி ஒருவன் மறுபடியும் பார்த்தான். பெயர் அடிக்கப்பட்டிருந்தது என்பது அந்த மங்கிய ஒளியிலும் தெரிந்தது. கத்தியால் குறுக்கே கோடு கிழிக்கப்பட்டு இருந்தது.

"ஏன் கடவுளின் பெயர் அடிக்கப்பட்டிருந்க்கிறது?" என்று ஒருவர்பின் ஒருவராக அவனைக் கேட்டார்கள். அதன் அர்த்தம் என்ன? காதில் விழுகிறதா? இதன் அர்த்தம் என்ன? சொல்லு..."

ஆனால் பாரபாஸ் அப்படியும் பதில் சொல்லவில்லை. தோள்கள் குனிய, தலை தொங்கவிட, எதுவும் சொல்லாமல் உட்கார்ந்திருந்தான் – அவர்கள் எது செய்தாலும் செய்து கொள்ளட்டும். அந்தத் தாலியையும் அவர்கள் என்ன வேண்டுமானாலும் செய்யட்டும். அவனைப் பார்த்து ஆத்திரமும் ஆச்சரியமும் அடைந்தார்கள்

அவர்கள். கிறிஸ்தவனா இவன்? விசித்திரமாக இருக்கிறதே? எப்படி அவன் கிறிஸ்தவனாக இருக்கமுடியும்? அவன் நடத்தையைப் புரிந்து கொள்வது அவர்களால் முடியாத காரியம். வேறு ஒரு மூலையில் எதிலும் கலந்து கொள்ளாமல் உட்கார்ந்திருந்த ஒரு கிழவனை அணுகி அவனிடம் ஏதோ சொன்னார்கள் அவர்கள். சிறிது நேரம் பேசியபிறகு, கிழவன் எழுந்து வந்து பாரபாஸை அணுகினான்.

உருவத்தில் பெரியவன் அவன். நல்ல உயரமாகவும் இருந்தான். அவன் மார்பு அகலமாக இருந்தது. தலைமயிர் அடர்த்தியாக இல்லையே தவிர நீளமாக இருந்தது. கம்பீர்யமும், தண்மையும் நிறைந்த பார்வையுடன் பார்த்தான் அவன். குழந்தையின் கண்கள் போல அவன் கண்கள் அகன்று அழகாக இருந்தன. வயசின் ஞானம் படைத்தவன் அவன் என்பதை கண்களிலுள்ள ஒளி காட்டிற்று.

வெகுநேரம் பாரபாஸைப் பார்த்துக்கொண்டு நின்றான் அவன். பிறகு ஞாபகம் வந்தவன்போலத் தலையை ஆட்டினான்.

"ரொம்ப நாட்களுக்குமுன் நடந்தது" என்றான், மன்னிப்புக் கேட்பவன் குரலில், வைக்கோலில் பாரபாஸின் முன் உட்கார்ந்தான் அவன்.

சுற்றி நெருங்கி நின்ற மற்றவர்கள் ஆச்சரியத்தில் முழுகினார்கள். அவர்களுடைய மதிப்புக்குரிய பிதாவுக்கு இந்த மனிதனைத் தெரியுமா?

தெரியும் என்று தெரிந்தது. அவனுடன் கிழவன் பேச ஆரம்பித்ததுமே அது தெளிவாகிவிட்டது, எப்படியெல்லாம் வாழ்ந்தான் பாரபாஸ் என்று விசாரித்தான் கிழவன். தன் வாழ்நாள் சம்பவங்களைப் பாரபாஸ் சொன்னான். எல்லாவற்றையும் சொல்லவில்லை– கிழவனுக்கும் புரியும்படியாக அங்கொன்றும் இங்கொன்றுமாகக் கொஞ்சம் கொஞ்சம் சொன்னான். இருவரும் வெகுநேரம் பேசினார்கள். யாரிடமும் எதுவும் சொல்வதென்பது பாரபாஸின் சுபாவத்துக்கு விரோதமான விஷயம்தான். எனினும் கிழவன் கேட்ட கேள்விகளுக்கெல்லாம் பதில் தந்தான் அவன். அவன் முகத்தைப் போலவே அனுபவத்தைக் காட்டிய அந்தக் கிழவனின் முகம், அவன் முகத்திலில்லாத ஒரு அமைதியையும் காட்டியது. முன் பார்த்த அதே மாதிரிதான் இன்றும் இருந்தான்–பற்கள்தான் பல உதிர்ந்துவிட்டன. பழைய மாதிரியே, அந்த பாஷையேதான் இன்னமும் பேசினான் அவன்.

ஏசுவின் பெயர் எப்படி அந்தத் தாலியில் வந்தது? எப்படி அடிக்கப்பட்டது? என்பதை அந்தக் கிழவன் விசாரித்து அறிந்து கொண்டான். ஏன் ரோமாபுரி நகருக்கு பாரபாஸ் தீ வைக்க முயன்ற காரணத்தையும் அவன் விசாரித்து அறிந்து கொண்டான். காப்பாற்ற

வந்த கடவுள் அதை விரும்பினார் என்று அவன் எண்ணி உதவி செய்ய முன்வந்தான். இதைக் கேட்ட கிழவன் துயரத்துடன் தன் நரைத்த தலையை ஆட்டினான். கிறிஸ்தவர்கள் எப்படி அந்தத் தீயை வைத்திருக்க முடியும்? சீஸர்தான் அதைத் துவக்கிவிட்டு, கிறிஸ்தவர்களை அநியாயமாகக் குற்றஞ்சாட்டினான். பாரபாஸ் சீஸருக்குத்தான் உதவினான்–கடவுளுக்கு அல்ல.

“இந்த சக்கரவர்த்திக்குத்தான் நீ உதவினாய், பெயர் அடிக்கப் பட்டிருக்கும் கடவுளுக்கு உதவவில்லை நீ. நீயும் அறியாமலே நீ உன் நியாயமான யசமானனுக்குத்தான் உதவினாய்? நம் பிரபுவே அன்பு” என்று சொல்லிவிட்டு பாரபாஸின் தாலியைத் திருப்பி, அதில் அடித்திருந்த பெயரைத் துயரத்துடனும் வருத்தத்துடனும் பார்த்தான்.

அதை விட்டுவிட்டுப் பெருமூச்சு விட்டான். ஏனென்றால் இது பாரபாஸின் தாலி– அதை அவன் அணியாமல் தப்புவது முடியாத காரியம் என்பதை உணர்ந்தான் கிழவன். அவனுக்குத் தான் எவ்விதத்திலும் உதவி செய்ய முடியாது என்பதையும் உணர்ந்தான். பயமும் தனிமையும் ததும்பிய பாரபாஸ் கண்களி லிருந்து அவனும் இதை உணர்ந்தான் என்பதைக் கண்டு கொண் டான் கிழவன்.

கிழவன் அங்கிருந்து எழுந்ததும் மற்றவர்கள் “யார் அவன்? யார் அவன்?” என்று அவனைக் கேட்டார்கள். முதலில் அவர்களுக்குப் பதில் சொல்ல அவன் விரும்பவில்லை. அவர்கள் ஓயாமல் கேட்டதும் தப்ப முடியாமல் சொன்னான்:

“அவன் பாரபாஸ். நமது பிரபுக்குப் பதில் சிலுவையிலிருந்து தப்பியவன்.”

அன்னியனைப் பார்த்துப் பார்த்து வாயடைத்துப் போனார்கள். வேறு எதுவும் இவ்வளவு ஆச்சரியகரமாக அவர்களுக்குத் தோன்றி யிராது. ‘குசுகுசு’வென்று தங்களுக்குள் முணுமுணுத்துக் கொண்டார் கள். “பாரபாஸ்! தப்பிய பாரபாஸா இது! தப்பியவன்?”

அதை அவர்களால் சரிவரப் புரிந்துகொள்ள இயலவில்லை.

ஆனால் கிழவன் அவர்களை அடக்கினான்.

“இவன் மஹா துரதிருஷ்டசாலி. உலக வாழ்வில் ஆனந்தமே காணாதவன். நாமும் குற்றங்களும் பாவங்களும் செய்தவர்கள்தான்! இருந்தும் நமது கடவுள் நம்மை மன்னித்து ஏற்றுக்கொள்ளவில்லையா? அவனுக்கு ஒரு கடவுள் இல்லை என்பதற்காக அவனைக் குற்றம் சொல்ல நாம் யார்?”

அவர்கள் தலை குனிந்தார்கள். இதற்குப் பிறகு அவர்கள் பாரபாஸ் பக்கம் திரும்பவும்கூட சங்கோசப் பட்டார்கள். அவனிட

மிருந்து மௌனமாக நகர்ந்து விட்டார்கள். கிழவனும் பெருமூச்சுடன் தன்னுடைய இடத்திற்குப் போனான்.

பாரபாஸ் மீண்டும் தனியனாக அங்கு உட்கார்ந்திருந்தான்.

அவர்களிடம் கலந்து கொள்ளாமல் தனியாக, நாளுக்குப்பின் நாள், பல நாட்கள் சிறையிலே கழித்தான் பாரபாஸ். அவர்களுடைய பிரார்த்தனை கீதங்களில் கலந்து கொள்ளாமல், பாடுவதைக் கேட்டுக்கொண்டு உட்கார்ந்திருந்தான். சாவையும், சாவுக்குப்பின் சொர்க்கத்தையும் பற்றி அவர்கள் அளவற்ற நம்பிக்கையுடன் இந்தப் பேச்சு அதிகமாகிவிட்டது. அவர்கள் நம்பிக்கை அதிகமுள்ளவர்கள் அசைக்கமுடியாத நம்பிக்கையுள்ளவர்கள்.

சிந்தனையிலாழ்ந்தவனாக இவ்வளவு பேச்சையும் கேட்டுக் கொண்டிருந்தான் பாரபாஸ். ஆலிவ் மலையில் தனக்கு உப்பும் ரொட்டியும் தந்த அந்த மனிதனை ஞாபகம் வந்தது பாரபாஸுக்கு செத்துப்பிழைத்தவன் அவன்-இப்போது கடைசியாக செத்தும் இருப்பான். எல்லையற்ற இருட்டில் பல்லிளித்துக் கொண்டு கிடப்பான் அவன்.

எல்லையற்ற வாழ்வு...

தான் வாழ்ந்த வாழ்வுக்கு ஏதாவது அர்த்தம் உண்டா? அதில்கூட அவனுக்கு நம்பிக்கை வரவில்லையே. ஆனால் நம்பிக்கை என்பதை அவன் அறியாத விஷயம்! அவன் எப்படி என்ன நிச்சயமாகச் சொல்ல முடியும்?

ஒரு மூலையில் தாடிக்கிழவன் உட்கார்ந்து தன் கிறிஸ்தவர் களுடன் பேசிக்கொண்டிருந்தான். சில சமயம் தலையைக் கையால் தாங்கிக்கொண்டு பேசாமலும் இருந்து விடுவான். தன் சொந்த ஊரைப்பற்றி நினைத்துக் கொண்டு பொழுதைப் போக்கிக் கொண்டிருந்தானோ என்னவோ? அங்கு செத்தால் நன்றாயிருக்குமே என்று எண்ணிக்கொண்டிருந்தானோ? ஆனால் அவன் ரோமா புரியில் தான் உயிர்விடவேண்டும்! தன் பிரபுவை தெருவில் பார்த்த போது "என்னுடன் வா" என்று அவர் அழைத்தார். முகத்தில் ஒரு அமைதியுடன் எதிர்காலத்தைப் பற்றிச் சிந்தித்துக் கொண்டிருந் தான்.

இப்படியாகக் கடைசியில் அவர்கள் சிலுவையில் அறைய அழைத்துச் செல்லப்பட்டார்கள். இருவர் இருவராகப் பிணைத்து அழைத்துச் சென்றார்கள். ஒற்றைப்படை எண்ணிக்கையாதலால் இதிலும் விதியின் செய்கை விசித்திரமாயிற்று. பாரபாஸ் தனியாகக் கடைசியில் அழைத்துச் செல்லப்பட்டான். இப்படி நடந்ததும் விசேஷம்தானே! இப்படியேதான் அந்த வரிசைச் சிலுவைகளிலும் அவன் சிலுவை ஓரத்தில் கடைசியில் அமைந்தது.

பெரிய கூட்டம் கூடியிருந்தது. எல்லாம் முடிவதற்கு வெகு நேரமாயிற்று. சிலுவையில் அறையப்பட்டவர்கள் ஒருவருக்கொருவர் ஆறுதல் கூறிக் கொண்டும், பிரார்த்தனைக் கீதங்கள் பாடிக்கொண்டும் உயிர் துறந்தனர். பாரபாஸிடம் யாரும் பேசவுமில்லை.

இருட்டத் தொடங்கியபோது வேடிக்கை பார்க்க வந்தவர்கள் போய்விட்டார்கள். தவிரவும் அதற்குள் சிலுவையில் அறையப் பட்டவர்கள் எல்லோருமே இறந்து விட்டார்கள்.

அங்கு பாரபாஸ்தான் தனியாக உயிருடன் சிலுவையில் தொங்கிக்கொண்டிருந்தான். இன்னமும் உயிர் இருந்தது அவனுக்கு. அவன் ஆயுள் பூராவும் பயந்து நடுங்கிய சாவு நெருங்கியதை உணர்ந்ததும் அவன் சுற்றிச் சூழ்ந்திருந்த இருட்டைப் பார்த்து, அதனிடம் பேசுகிறமாதிரி சொன்னான்.

"என் ஆத்மாவை உனக்கு அளித்துவிடுகிறேன்."

பிறகு பாரபாஸ் இறந்து விட்டான்.

○